ജൂലൈ നക്ഷത്രങ്ങൾ

വൈജ്ഞാനികം

ജൂലൈ നക്ഷത്രങ്ങൾ

കേശവദേവ് മുതൽ കാർട്ടൂണിസ്റ്റ് ശങ്കർ വരെ

ഗിഫു മേലാറ്റൂർ

Little Green

little green
an imprint of green books private limited
gb building, civil lane road, ayyanthole,
thrissur- 680 003, kerala, ph: +91 487-2381066, 2381039
website: www.greenbooksindia.com
e-mail: info@greenbooksindia.com

malayalam
july nakshathrangal
children's literature
by
gifu melatoor

first published january 2019

cover design : mansoor cheruppa

branches:
thrissur 0487-2422515
palakkad 0491-2546162
thiruvananthapuram 0471-2335301
calicut 0495 4854662
kannur 0497-2763038

isbn : 978-93-87357-87-7

LGPL/023/2019

ഉള്ളടക്കം

ആമുഖം 07
ജൂലൈ 1 - പി.കേശവദേവ് ചരമദിനം 09
ജൂലൈ 2 - പൊൻകുന്നം വർക്കി ചരമദിനം 17
ജൂലൈ 4 - മാഡം ക്യൂറി ചരമദിനം 22
ജൂലൈ 4 - ഇടപ്പള്ളി രാഘവൻപിള്ള ചരമദിനം 27
ജൂലൈ 5 - തിരുനെല്ലൂർ കരുണാകരൻ ചരമദിനം 29
ജൂലൈ 5 - വൈക്കം മുഹമ്മദ് ബഷീർ ചരമദിനം 33
ജൂലൈ 6 - കണ്ടത്തിൽ വറുഗീസ് മാപ്പിള ചരമദിനം 37
ജൂലൈ 9 - കോവിലൻ ജന്മദിനം 40
ജൂലൈ 10 - ഉറൂബ് ചരമദിനം 42
ജൂലൈ 12 - എം.പി പോൾ ചരമദിനം 46
ജൂലൈ 14 - എൻ.എൻ കക്കാട് ജന്മദിനം 49
ജൂലൈ 15 - സി.എച്ച് മുഹമ്മദ് കോയ ജന്മദിനം 57
ജൂലൈ 17 - ജോസഫ് മുണ്ടശ്ശേരി ജന്മദിനം 59
ജൂലൈ 19 - ബാലാമണിയമ്മ ജന്മദിനം 65
ജൂലൈ 20 - ഗ്രിഗർ മെൻഡൽ ജന്മദിനം 68
ജൂലൈ 22 - കൊട്ടാരത്തിൽ ശങ്കുണ്ണി ചരമദിനം 72
ജൂലൈ 25 - ബംഗാളി സാഹിത്യകാരൻ
താരാശങ്കർ ബാനർജി ജന്മദിനം 79
ജൂലൈ 26 - അഭയദേവ് ചരമദിനം 81
ജൂലൈ 27 - ജോൺ ഡാൽട്ടൺ ചരമദിനം 85
ജൂലൈ 29 - വിൻസന്റ് വാൻഗോഗ് ചരമദിനം 89
ജൂലൈ 31 - പ്രേംചന്ദ് ജന്മദിനം 94
ജൂലൈ 31 - കാർട്ടൂണിസ്റ്റ് ശങ്കർ ജന്മദിനം 96

ആമുഖം

സ്കൂൾ സിലബസുകളിൽ പ്രോജക്ടുകൾക്കും അസൈൻമെന്റുകൾക്കും വളരെയേറെ പ്രാധാന്യം വന്നിരിക്കുന്ന ഇക്കാലത്ത് ഓരോ മാസങ്ങളിലും ആചരിക്കേണ്ട ദിനാചരണ-പഠന പ്രവർത്തനങ്ങളുടെ സീരീസ് ആയ 'സ്കൂൾ ലൈബ്രറി സീരീസ്' പരമ്പരയുടെ മറ്റൊരു പുസ്തകമാണിത്. ജൂലൈ മാസം ജനിക്കുകയും മരിക്കുകയും ചെയ്ത മഹാരഥന്മാരുടെ വിവരങ്ങൾ പാഠപുസ്തകവുമായി ബന്ധപ്പെടുത്തി തയ്യാറാക്കിയ കൈപ്പുസ്തകം - ജൂലൈ നക്ഷത്രങ്ങൾ.

പി. കേശവദേവ്, പൊൻകുന്നം വർക്കി എന്നീ എതിർപ്പുകളുടെ അപ്പോസ്തലന്മാർ മുതൽ കാർട്ടൂണിസ്റ്റുകളുടെ കുലപതി ശങ്കർ വരെയുള്ള ഇരുപത്തഞ്ചോളം മഹാരഥന്മാരുടെ ജീവിതവും പ്രവർത്തനങ്ങളും (മലയാള സാഹിത്യകാരന്മാർക്കു പുറമെ രാഷ്ട്രീയ പ്രമുഖരും ശാസ്ത്ര പ്രതിഭകളും കലാകാരന്മാരും) രാജ്യഭേദമന്യേ ഇതിൽ സമാഹരിക്കപ്പെട്ടിട്ടുണ്ട്. ഓരോ വിശേഷ ദിനത്തോടനുബന്ധിച്ചും പ്രസംഗങ്ങൾക്കും ഉപന്യാസ മത്സരങ്ങൾക്കും ക്വിസ് മത്സരങ്ങൾക്കും അവയുമായി ബന്ധപ്പെട്ട വിഭവങ്ങൾ അത്യാവശ്യമായി വരാറുണ്ട്. അവ ശേഖരിക്കുക എന്ന വിദ്യാർത്ഥികളുടെ ഭാരിച്ച ഉത്തരവാദിത്വം ഈ പുസ്തകം കൊണ്ട് സാധ്യമാകും എന്ന് തന്നെയാണ് പ്രതീക്ഷ. വ്യക്തികൾക്ക് പുറമെ സംഭവങ്ങൾക്കും പ്രാധാന്യം നൽകുവാൻ ശ്രമിച്ചിട്ടുണ്ട്. വ്യക്തികളുമായി ബന്ധപ്പെട്ട പടങ്ങളും ചേർത്തിട്ടുണ്ട്. പ്രോജക്ടുവർക്കുകൾക്ക് അവ കൂടുതൽ സഹായകമായിരിക്കും.

ജൂലൈ മാസം ഏറെ കമനീയമായി ആചരിക്കുന്ന ഒരു ദിനമാണ് വൈക്കം മുഹമ്മദ് ബഷീർ ചരമദിനം (ജൂലൈ 5). നീണ്ടു പരന്നു കിടക്കുന്ന ആ ജീവിതത്തിലെ മഹാസംഭവങ്ങളാണ് ബഷീറിന്റെ രചനകളുടെ പ്രസക്തി ഇന്നും അതേ കരുത്തോടെ നിലനിർത്തുന്നതെന്ന് നമുക്കറിയാം. അതുപോലെ എതിർപ്പുകളുടെ

പ്രവാചകൻ എന്ന് സാഹിത്യലോകത്തും മറ്റും അറിയപ്പെട്ട പി. കേശവദേവ്, കാർട്ടൂണിസ്റ്റ് ശങ്കർ, വിൻസന്റ് വാൻഗോഗ്, കൊട്ടാരത്തിൽ ശങ്കുണ്ണി, മലയാള അക്ഷരങ്ങൾക്ക് നിരവധി സംഭാവനകൾ നൽകിയ കണ്ടത്തിൽ വർഗീസ് മാപ്പിള, കേരളത്തിന്റെ മുഖ്യമന്ത്രിയും വിദ്യാഭ്യാസ മന്ത്രിയുമായിരുന്ന സി.എച്ച്. മുഹമ്മദ് കോയ, നമ്മുടെ പ്രഥമവിദ്യാഭ്യാസ മന്ത്രി ആയിരുന്ന ജോസഫ് മുണ്ടശ്ശേരി, സിദ്ധാന്തങ്ങളുടെ തോഴൻ ജോൺ ഡാൽട്ടൻ, പയർമണിയിലൂടെ വിപ്ലവം തീർത്ത ഗ്രിഗർ മെൻഡൽ, വിശപ്പറിഞ്ഞു തളർന്നു വീണിട്ടും ജീവിതത്തിൽ മുന്നേറി നോബൽ സമ്മാനങ്ങൾ വാരിക്കൂട്ടിയ മാഡം ക്യൂറി തുടങ്ങിയ മഹത് ജീവിതങ്ങൾക്ക് പറയാനായി ഏറെയുണ്ട്.

പാഠപുസ്തകങ്ങളിൽ പരാമർശിക്കുന്നതും ദിനാചരണവുമായി ബന്ധപ്പെട്ട നുറുങ്ങറിവുകൾക്കുമാണ് ഈ കൃതിയിൽ പ്രാധാന്യം നൽകിയിരിക്കുന്നത്. ജൂലൈ 1 മുതൽ 31 വരെയുള്ള തീയതി അടിസ്ഥാനമാക്കി കാലക്രമമനുസരിച്ചുള്ള വിവരണങ്ങളാണ് ഈ പുസ്തകത്തിന്റെ പ്രത്യേകത. കുട്ടികളുടെ പഠന പ്രവർത്തനങ്ങൾ കൂടുതൽ എളുപ്പമുള്ളതാക്കുന്നു.

ഗ്രീൻ ബുക്സിനു നന്ദി.

ഗിഫു മേലാറ്റൂർ

ജൂലൈ 1

പി. കേശവദേവ് ചരമദിനം

നീതിയും നിയമവും ഏതൊരു പൗരനും സമമായിരിക്കണം എന്ന സാമൂഹിക പ്രതിബദ്ധതയാണ് 'ഓടയിൽ നിന്ന്' എന്ന നോവലിൽ നാം വായിക്കുന്നത്. ജന്മിയുടെ മകൻ തെറ്റുചെയ്താൽ ശിക്ഷയില്ല, താഴ്ന്ന ജാതിക്കാരന് കഠിന ശിക്ഷയും. ഇത്തരം അസമത്വങ്ങൾക്കെതിരെ ശബ്ദമുയർത്തിയ നവോത്ഥാന നായകനായിരുന്നു പി.കേശവപിള്ള എന്ന കേശവദേവ്.

നോവലിസ്റ്റ്, ചെറുകഥാകൃത്ത്, നാടകകൃത്ത്, തൊഴിലാളി പ്രസ്ഥാന പ്രവർത്തകൻ എന്നീ നിലകളിൽ പ്രശസ്തനായിരുന്നു പി. കേശവദേവ്. സമൂഹത്തിലെ ഏറ്റവും താഴ്ന്ന തലത്തിലുള്ള മനുഷ്യരെ കഥാപാത്രങ്ങളാക്കുകയും ഏറ്റവും നിസ്സാരമെന്നു തോന്നുന്ന സംഭവങ്ങൾപോലും കഥയ്ക്ക് വിഷയമാക്കുകയും ചെയ്ത എഴുത്തുകാരനാണ് അദ്ദേഹം. എഴുത്തുകാർക്കിടയിലെ നിഷേധി, നിഷേധികൾക്കിടയിലെ എഴുത്തുകാരൻ, ജീവിതം സമരമാക്കി മാറ്റിയ സാമൂഹിക പ്രവർത്തകൻ, ദരിദ്രരും അവശരുമായ മനുഷ്യരുടെ ഉന്നമനത്തിനുവേണ്ടി തൂലിക ചലിപ്പിച്ച വർഗബോധമുള്ള വിപ്ലവകാരി എന്നിങ്ങനെ വിശേഷണങ്ങൾ നിരവധിയായിരുന്നു എന്നും പി. കേശവദേവിന്.

തിന്മയ്ക്കെതിരെ നന്മയുടെ നിലാവുനോക്കി പുഞ്ചിരിച്ച എഴുത്തുകാരൻ

എറണാകുളം ജില്ലയിലെ വടക്കൻ പറവൂരുള്ള കുഗ്രാമമായ കെടാമംഗലത്ത് നല്ലേടത്ത് വീട്ടിൽ 1905 ആഗസ്തിലാണ് കേശവ

ദേവിന്റെ ജനനം. അഞ്ച് സർപ്പക്കാവും കുളങ്ങളും ഏറെ ഭൂസ്വത്തു മുള്ള വലിയ തറവാട്. പിന്നീട് ദാരിദ്ര്യത്തിലേക്ക് കൂപ്പു കുത്തി. അങ്ങനെ ദാരിദ്ര്യം നിറഞ്ഞ ബാല്യകാലമായിരുന്നു അദ്ദേഹത്തി ന്റേത്. ആറാം വയസ്സിൽ ഗ്രാമത്തിലെ സ്കൂളിൽ പഠിക്കാൻ ചേർന്നു. പഠിപ്പിൽ വലിയ കേമനൊന്നുമല്ലായിരുന്നു കേശവപിള്ള. എന്നാൽ മലയാളം അധ്യാപകനായ മൂത്ത സഹോദരൻ നാരായണപിള്ള യുടെ അടുത്തുനിന്നും വായനയിലേക്കുള്ള വഴി തുറന്നു. ബാല്യ കാലത്തുതന്നെ സാമ്പ്രദായിക വിദ്യാഭ്യാസരീതിയോട് കേശവ പിള്ളയ്ക്ക് എതിർപ്പായിരുന്നു. അതുകൊണ്ടുതന്നെ ചെറുപ്പത്തിലേ വിദ്യാഭ്യാസം നിർത്തി പല ജോലികളും നോക്കി. ജാതീയതയ് ക്കെതിരെ പോരാടുന്ന ആര്യസമാജത്തിൽ ചേർന്ന ശേഷമാണ് കേശവപിള്ള എന്ന പേര് കേശവദേവ് എന്നാക്കി മാറ്റിയത്. 'പിള്ള' എന്ന തന്റെ ജാതിപ്പേരുപോലും ദേവ് വേണ്ടെന്നുവെച്ചു. കേശവ ദേവ് എന്നറിയപ്പെട്ടു പിന്നീട്.

സാമൂഹികവ്യവസ്ഥയെ എതിർക്കുന്ന ജീവിതം

തന്റെ ജനനം തന്നെ എതിർപ്പിന്റെ കാഹളധ്വനിയോടെയാണെന്ന് അദ്ദേഹം അവകാശപ്പെടുന്നു. തെറ്റാണെന്ന് തനിക്കു തോന്നിയ യാതൊന്നിനെയും അംഗീകരിക്കാൻ കൂട്ടാക്കാതെ മുഖത്തുനോക്കി ചോദ്യം ചെയ്തു. തിന്മയ്ക്കെതിരെ തിരിഞ്ഞപ്പോഴും നന്മയുടെ നിറനിലാവുനോക്കി പുഞ്ചിരിക്കാൻ മറന്നില്ല. എന്നാൽ കാലം കഴിഞ്ഞപ്പോൾ ആര്യസമാജത്തിന്റെ പ്രവർത്തനങ്ങളിൽ വിയോ ജിപ്പ് ഉണ്ടായതിനെ തുടർന്ന് അദ്ദേഹം സംഘടന വിട്ടു.

ബാല്യകാലത്തു തന്നെ ജാതിമനോഭാവത്തോട് പി. കേശവ ദേവിന് എതിർപ്പായിരുന്നു. ജീവിതത്തിലും നിലനിന്നിരുന്ന സാമൂഹികവ്യവസ്ഥയെ എതിർക്കുന്നതായിരുന്നു കേശവദേവിന്റെ ചെയ്തികൾ. ആദ്യ ഭാര്യയുമായുള്ള കുടുംബജീവിതം പരാജയപ്പെട്ടു. പിന്നീട് തന്നെക്കാളും 30 വയസ്സിലേറെ ഇളപ്പമുള്ള സീതാ ലക്ഷ്മിയെ വിവാഹം കഴിച്ചു. ഇതേ തുടർന്ന് പല എതിർപ്പുകളും കേശവദേവിന് നേരിടേണ്ടിവന്നു. ഇക്കാലത്ത് ജോലിയും നഷ്ടപ്പെട്ടു. എന്നാൽ സന്തുഷ്ടമായ കുടുംബ ജീവിതമായിരുന്നു അത്. ആകാശവാണിയിൽ പ്രൊഡ്യൂസറായി ജോലി നോക്കിയിട്ടുണ്ട്. ആര്യസമാജ പ്രവർത്തകനായി പൊതുരംഗത്തേക്ക് വന്ന കേശവദേവ് തൊഴിലാളി സംഘടനാപ്രവർത്തനങ്ങളിൽ

സജീവമായി. അനീതികളേയും യാഥാസ്ഥികത്വത്തെയും എതിർത്ത് പുരോഗമന സാഹിത്യ പ്രസ്ഥാനത്തിന്റെ വക്താവായി.

മനുഷ്യസ്നേഹിയായ കഥാകാരൻ

പൊതുജീവിതത്തിനിടയിൽ തൊഴിലാളി സംഘടനാ പ്രവർത്തനങ്ങളിൽ മുഴുകി സോഷ്യലിസ്റ്റ് വിപ്ലവത്തിന്റെ വക്താവാകുകയായിരുന്നു അദ്ദേഹം. സമൂഹത്തിൽ നടമാടിക്കൊണ്ടിരുന്ന അനീതിയും യാഥാസ്ഥിതിക മനോഭാവങ്ങളും എതിർത്തുകൊണ്ട് സാഹിത്യരചനയാരംഭിച്ചു. പുരോഗമന കലാസാഹിത്യത്തിന്റെ നേതാക്കളിലൊരാളുമായിരുന്നു. സമൂഹത്തിലെ അനീതിക്കെതിരെ ശക്തമായി പ്രതികരിച്ച എഴുത്തുകാരനാണ്. അധികാരിവർഗത്തെ എതിർക്കുന്ന ആശയങ്ങൾക്ക് പ്രചാരണം നൽകി, മനുഷ്യസ്നേഹിയായ ആ കഥാകാരൻ.

രചനകളുടെ സാമൂഹിക പ്രസക്തി

തിരുവനന്തപുരത്തെത്തിയ കേശവദേവിന് കേസരി ബാലകൃഷ്ണപിള്ള, ബോധേശ്വരൻ, എ.കെ. പിള്ള എന്നീ പ്രമുഖരുമായി പരിചയപ്പെടാൻ കഴിഞ്ഞു. ഇക്കാലത്താണ് പല ആനുകാലികങ്ങളിലും എഴുതിത്തുടങ്ങിയത്. മലയാളരാജ്യത്തിൽ പത്രപ്രവർത്തകനായും ജോലി നോക്കി. റഷ്യൻ വിപ്ലവം കേശവദേവിനെ ഏറെ സ്വാധീനിച്ചു. ഇതിനെപ്പറ്റി 'അഗ്നിയും സ്ഫുലിംഗവും' എന്ന കൃതി രചിച്ചു. എന്നാൽ വിപ്ലവാനന്തര റഷ്യയിലെ അവസ്ഥകൾ കേശവദേവിനെ തൃപ്തനാക്കിയില്ല. അദ്ദേഹം കമ്മ്യൂണിസം ഉപേക്ഷിച്ചു. മലയാള സാഹിത്യ ചരിത്രത്തിൽ ഒരടയാളമാണ് 'ഓടയിൽ നിന്നും' എന്ന നോവൽ. അതുവരെ ആരും പറയാത്ത ജീവിതമാണ് കേശവദേവ് ഓടയിൽ നിന്നും എന്ന കൃതിയിൽ വരച്ചിട്ടത്. സമൂഹത്തിന്റെ അടിത്തട്ടിൽ കഴിയുന്നവരുടെ ജീവിതം. റിക്ഷക്കാരന്റെ സ്വപ്നങ്ങളുടെയും സങ്കടങ്ങളുടെയും നന്മകളുടെയും കഥ.

'ഞാൻ സാഹിത്യത്തിലെ പറയനാണ്'

'മറ്റ് കഥാകാരന്മാർ ഹൃദയം കൊണ്ടെഴുതിയപ്പോൾ ദേവ് വയറു കൊണ്ടെഴുതി' എന്ന രൂക്ഷമായ വിമർശനം അദ്ദേഹത്തിനെതിരെ ഉണ്ടായി. കേശവദേവ് എഴുതി. 'സാഹിത്യം എനിക്കൊരു പ്രശ്നമല്ല, ജീവിതമാണ് പ്രശ്നം. ജീവിതസമരത്തിൽ നിന്ന് ഉദ്ഭവിക്കുന്ന ഗർജനങ്ങളും പോർവിളികളും എന്റെ ചിന്തയുടെ മൂശയിൽ കൂടി

ഭാവനാമണ്ഡലത്തിൽ പ്രവേശിക്കുമ്പോൾ ഞാൻ എഴുതിപ്പോവുകയാണ്'.

കേരളത്തിൽ ആദ്യമായി പട്ടിണിക്കാരും തൊഴിലാളികളും അവകാശബോധവുമായി ഉണരാൻ തുടങ്ങിയതിന്റെ തുടിക്കുന്ന കഥകളായിരുന്നു കേശവദേവ് വായനക്കാരനു മുന്നിൽ അവതരിപ്പിച്ചത്. വെടിയേറ്റ് മരിക്കുന്ന തൊഴിലാളി സഖാക്കളുടെ ചോരയിൽ നിന്ന് ഒരു പുതിയ ലോകം സൃഷ്ടിക്കാനുള്ള ശക്തി രൂപം പ്രാപിക്കുമെന്ന് അദ്ദേഹം വിശ്വസിച്ചിരുന്നു. 'ഞാൻ സാഹിത്യത്തിലെ പറയനാണ്' എന്ന് സാഹിത്യപരിഷത്തിന്റെ സമ്മേളനവേദിയിൽ ഉറക്കെ പ്രഖ്യാപിച്ചു കൊണ്ട് കലഹത്തിന്റേതായ മറ്റൊരു പോർമുഖം കേശവദേവ് തുറന്നിട്ടു. 'എതിർപ്പ്' എന്നായിരുന്നു ദേവ് തന്റെ ആത്മകഥയ്ക്ക് നൽകിയ പേര്. ഇതുതന്നെ എഴുത്തുകാരന്റെ ചിന്തയുടെ രാഷ്ട്രീയത്തെ അടയാളപ്പെടുത്തുന്നുണ്ട്.

ജീവിതയാതനകൾ അനുഭവിച്ച പപ്പു എന്ന തന്റേടി

അൻപതു വർഷക്കാലം മലയാളത്തിൽ നോവലിസ്റ്റായും കഥാകാരനായും നാടകകൃത്തായും പ്രാസംഗികനായും നിറഞ്ഞു നിന്നു. താഴേക്കിടയിലുള്ളവരുമായി ഏറെ അടുത്തിടപഴകിയ കേശവദേവ് അവരുടെ പച്ചയായ ജീവിതത്തിന് മനുഷ്യത്വത്തിന്റെ ഊടും പാവും നൽകി. അദ്ദേഹത്തെ ഓർക്കുമ്പോൾ 'ഓടയിൽ നിന്ന്' എന്ന നോവലാണ് ഏവരും ഓർക്കുക. തന്റേടിയും മാരകരോഗം കാർന്നു തിന്നുമ്പോഴും സ്വന്തം കാലിൽ നിൽക്കാനുള്ള പ്രയത്നവും നിഷേധ പ്രകൃതവുമുള്ള പപ്പു എന്ന കഥാപാത്രം നോവലിസ്റ്റിന്റെ കലാവിരുതുതന്നെയാണ് പ്രകടമാക്കുന്നത്. തന്റെ പ്രതിരൂപമാണ് പപ്പു എന്ന പാത്രസൃഷ്ടി. ഇത്രയേറെ ജീവിതയാതനകൾ അനുഭവിച്ച എഴുത്തുകാരൻ മലയാളത്തിൽ വിരളമാണ്.

കരുത്തനായ കഥാപാത്രം

മലയാള നോവൽ സാഹിത്യത്തിലെ മാണിക്യക്കല്ലാണ് പി. കേശവദേവിന്റെ 'ഓടയിൽ നിന്ന്' എന്ന നോവൽ. 1944-ലാണിത് പ്രസിദ്ധീകരിച്ചത്. അക്കാലത്തെ കേരളത്തിലെ സാമൂഹിക വ്യവസ്ഥിതിയുടെയും അധ്വാനിക്കുന്ന വർഗത്തിന്റെയും ബിംബമാണ് പപ്പു എന്ന കഥാപാത്രം. 'ഓടയിൽ നിന്ന്' എന്ന നോവലിലൂടെ

യഥാതഥ പ്രസ്ഥാനത്തിന് തുടക്കം കുറിക്കുകയായിരുന്നു കേശവദേവ്. ഈ നോവൽ മലയാളിയുടെ ആസ്വാദന തലത്തെ വല്ലാതെ പിടിച്ചുലച്ചു. നോവലിലെ നായകനായ റിക്ഷാക്കാരൻ പപ്പുവിന്റെ നിർത്താതെയുള്ള ചുമ വായനക്കാരന്റെ മനസ്സിൽ എന്നും പ്രതിധ്വനിക്കും.

സമ്പത്തും അധികാരവും മനുഷ്യമനസ്സിനെ എങ്ങനെയൊക്കെ ദുഷിപ്പിക്കാമെന്ന് ലളിതമായി പറഞ്ഞുതരികയാണ് കേശവദേവ്. കാറൽമാക്സിന്റെ സാമ്പത്തികശാസ്ത്രം വളരെ ഭംഗിയായി തന്റെ നോവലിൽ അവതരിപ്പിക്കുന്നുണ്ട്.

വെളിച്ചത്തു കൊണ്ടുവരുന്ന യാഥാർത്ഥ്യം

എഴുത്തുകാരന്റെ കാഴ്ചപ്പാടിലുള്ള പ്രത്യക്ഷവും തീക്ഷ്ണവുമായ ആദർശാത്മകത, അതിഭാവുകത്വത്തിലേക്കോ വാചാലതയിലേക്കോ മാറിപ്പോകാത്ത വികാരസാന്ദ്രത, മൂർച്ചയുള്ളതും നിഷേധാത്മകവുമായ ഭാഷ തുടങ്ങിയവയാണ് എഴുത്തിന്റെ പ്രത്യേകതകൾ.

1964ലെ കേന്ദ്ര സാഹിത്യഅക്കാദമി അവാർഡു നേടിയ രചനയാണ് 'അയൽക്കാർ'. വ്യത്യസ്ത സമുദായങ്ങളുടെ കഥയാണ് ആ നോവലിലൂടെ ആവിഷ്കരിക്കുന്നതോടൊപ്പം മനുഷ്യസമുദായത്തിന്റെ കൂട്ടായ്മയായിരുന്നു അദ്ദേഹത്തിന്റെ സ്വപ്നം. മനുഷ്യന് ഒരു മതമേയുള്ളൂ എന്ന് പ്രഖ്യാപിക്കുകയായിരുന്നു ഈ കൃതിയിലൂടെ. ഇന്ത്യ വിഭജനത്തിലെ ഹിന്ദു മുസ്ലീം കലാപങ്ങളാണ് 'ഭ്രാന്താലയം' എന്ന നോവലിൽ. എത്ര ആദർശശാലിയായ മനുഷ്യനും അധികാരം എന്ന മൂഢസ്വർഗ്ഗത്തിലെത്തുമ്പോൾ വന്ന വഴികൾ മറന്നുപോകുന്നുവെന്ന സമകാലിക യാഥാർത്ഥ്യം വെളിച്ചത്തു കൊണ്ടുവരുന്നു 'അധികാരം' എന്ന നോവലിൽ. വ്യത്യസ്തമായ പ്രമേയങ്ങളിലൂടെ മനുഷ്യകുലത്തിന്റെ ആകുലതകൾ പ്രത്യക്ഷപ്പെടുത്തുകയായിരുന്നു കേശവദേവ്.

ദീനാമ്മ എന്ന കഥ

മുഖസൗന്ദര്യമില്ലാത്ത ദീനാമ്മയുടെയും ചിത്രകാരനായ ഭർത്താവ് സി.എം. തോമസ്സിന്റെയും കഥയാണ് ദീനാമ്മ. ദീനാമ്മയുടെ മുഖത്തിന്റെ വൈരൂപ്യമല്ലാതെ മനസ്സിന്റെ സൗന്ദര്യമോ ശാലീനതയോ ഭർത്താവിനു കാണാൻ കഴിയുന്നില്ല. വൈരൂപ്യത്തിലും ഹൃദയത്തിൽ സൗന്ദര്യമുള്ളവളാണ് ദീനാമ്മ. അതു ചിത്രീകരിക്കുവാൻ ആ തൂലികയ്ക്ക് ശക്തിയില്ല എന്ന ദീനാമ്മയുടെ വാക്കുകൾ തോമസ്സിന് മാനസാന്തരമുണ്ടാകുന്നു. മനസ്സിന്റെ സൗന്ദര്യം ഭർത്താവ് അറിയുന്നു. ആ സൗന്ദര്യം അയാൾ ചിത്രത്തിലേക്ക് ആവാഹിക്കുകയും ചെയ്യുന്നു.

ഏതൊരാളുടെയും സൗന്ദര്യം കുടികൊള്ളുന്നത് ബാഹ്യരൂപത്തിലല്ല. മറിച്ച് മനസ്സിലാണ് എന്ന് ഈ കഥ പഠിപ്പിക്കുന്നു. മനസ്സ് കാണാൻ കഴിവില്ലാത്ത ചിത്രകാരനും ഫോട്ടോഗ്രാഫറും ഉപരിപ്ലവമായ നീർപ്പോള മാത്രമേ അറിയുന്നുള്ളൂ എന്ന തത്ത്വവും 'ദീനാമ്മ' യിലൂടെ തെളിയുന്നു.

തീവ്രമായ ആദർശവും ആത്മാർത്ഥവും ഉൽക്കടമായ മനുഷ്യസ്നേഹവും

നിരന്തരമായി അഭിപ്രായങ്ങൾ മാറ്റുന്നുവെന്ന് വിമർശകർ അദ്ദേഹത്തെ കുറ്റപ്പെടുത്തിയിട്ടുണ്ട്. യഥാർത്ഥത്തിൽ നൂറു ശതമാനം ശരികൾക്കായി ആഗ്രഹിച്ച കഥാകാരൻ. തെറ്റുകളോടുള്ള എതിർപ്പുകളായിരുന്നു കേശവദേവ് എന്നും പ്രകടിപ്പിച്ചത്. തീവ്രമായ ആദർശവും ആത്മാർത്ഥവും ഉൽക്കടവുമായ മനുഷ്യസ്നേഹവുമായിരുന്നു ദേവിന്റെ സാഹിത്യസൃഷ്ടികളുടെ സവിശേഷതയും ആകർഷണീയതയും.

നിശ്ചലമാകുന്ന തൂലിക

കേരള സാഹിത്യ അക്കാദമി പുരസ്കാരം, കേന്ദ്ര സാഹിത്യ അക്കാദമി അവാർഡ്, സോവിയറ്റ്ലാന്റ് അവാർഡ് എന്നിവ നേടിയ ദേവ് സാഹിത്യ പ്രവർത്തക സഹകരണ സംഘം പ്രസിഡന്റ്, സാഹിത്യ അക്കാദമി ചെയർമാൻ, കേരള സാഹിത്യ അക്കാദമി അധ്യക്ഷൻ, സാഹിത്യപരിഷത്ത് നിർവ്വാഹക സമിതി അംഗം, കേരള സാഹിത്യ അക്കാദമി പ്രസിഡന്റ്, പുരോഗമന

കലാസാഹിത്യ സംഘത്തിൽ നേതൃസ്ഥാനം എന്നീ പദവികൾ അലങ്കരിച്ചിട്ടുണ്ട്. മനുഷ്യ സ്നേഹം കഥകളിലുടനീളം നിറച്ചുവച്ച കഥാകാരനായ കേശവദേവിന്റെ തൂലിക 1983 ജൂലൈ 1ന് എന്നന്നേക്കുമായി നിശ്ചലമായി.

എതിർപ്പ് എന്ന ആത്മകഥയിലെ വരികൾ

"..........ആ കൊച്ചുകണ്ണുകൾ മിഴിച്ചുനോക്കി, കുതിച്ചൊരു ചാട്ടവും ഉച്ചത്തിലൊരു കരച്ചിലും! വയറ്റാട്ടിയുടെ കയ്യിൽ കിടന്ന് ആ ശിശു കൈകാൽ കുടഞ്ഞ് ഉച്ചത്തിൽ നിലവിളിച്ച് ബഹളമുണ്ടാക്കി. അമ്പോ! ആ കൊച്ചു പുഴുവിന്റെ ഒച്ച! മാധവിയമ്മ അഭിനന്ദന സൂചകമായി പറഞ്ഞു. ഞൊളക്കണു! ഞൊളക്കണു! ലക്ഷ്മിയമ്മയും അഭിനന്ദനം രേഖപ്പെടുത്തി. അങ്ങനെ ഓരോരുത്തരും അഭിപ്രായം പറഞ്ഞു. ശിശു കൈകാൽ കുടഞ്ഞ് കരഞ്ഞുകൊണ്ടിരുന്നു. ആലസ്യത്തിൽ നിന്നുണർന്ന കാർത്ത്യായനിയമ്മ ആറാമത്തെ പുത്രനെ നോക്കി മന്ദഹസിച്ചു. പ്രസവവാർത്ത അറിയാൻ പൂമുഖത്ത് കാത്തിരുന്ന അപ്പുപിള്ള കുട്ടിയുടെ കരച്ചിൽകേട്ട് രാമായണത്തിലെ ഏതാനും വരികൾ ഭക്തിപൂർവ്വം ചൊല്ലി...."

ഇത് ഒരു കഥയുടെയോ നോവലിന്റെയോ തുടക്കമല്ല. മറിച്ച് ജീവിതത്തിലും സാഹിത്യത്തിലും വഴിമാറി നടന്ന പി.കേശവദേവിന്റെ ആത്മകഥയായ 'എതിർപ്പി'ലെ വരികളാണ്. ആത്മകഥയുടെ പേരുപോലെ തന്നെ എതിർപ്പുകൾ നിറഞ്ഞ ജീവിതമായിരുന്നു കേശവദേവിന്റേത്. അക്കാലത്ത് നിലനിന്നിരുന്ന സാമൂഹിക അവസ്ഥകളെയും സാഹിത്യ രീതികളെയും എതിർക്കുവാൻ ധൈര്യം കാണിച്ചു, കേശവദേവ്.

കൃതികൾ

ചെറുകഥകൾ - അന്നത്തെ നാടകം, ഉഷസ്സ്, കൊടിച്ചി, അജ്ഞാത കവി, ഭാവിവരൻ, യമുന ഏകാഗ്രമായി ഒഴുകുന്നു, സ്വർഗത്തിൽ ഒരു ചെകുത്താൻ, തിരഞ്ഞെടുത്ത കഥകൾ, കാമുകന്റെ കത്ത്.

നാടകം - നാടകകൃത്ത്, മുന്നോട്ട്, പ്രധാനമന്ത്രി, ഞാനിപ്പൊ കമ്മ്യൂണിസ്റ്റാവും, ചെകുത്താനും കടലിനുമിടയിൽ, മഴയങ്ങും കുടയിങ്ങും, കേശവദേവിന്റെ നാടകങ്ങൾ, ഒരുമുറി തേങ്ങ, തറവാട്, ചൈനാവേ.

നോവൽ - ഓടയിൽ നിന്ന്, ഭ്രാന്താലയം, അയൽക്കാർ, റൗഡി, കണ്ണാടി, സ്വപ്നം, എനിക്കും ജീവിക്കണം, ഞൊണ്ടിയുടെ കഥ, വെളിച്ചം കേറുന്നു, ആദ്യത്തെ കഥ, എങ്ങോട്ട്, ഒരു സുന്ദരിയുടെ ആത്മകഥ, ഞാനാ തെറ്റുകാരൻ, രണ്ടമ്മയും ഒരുമകനും, ഉലക്ക, ഒരു രാത്രി, വെളിച്ചമകലന്നു, നടി, കണ്ണാടി, കുഞ്ചുക്കുറുപ്പിന്റെ ആത്മകഥ, വില്പനക്കാരൻ, ആർക്കുവേണ്ടി, കാരോട്ടുകാരണവർ, മരണത്തിൽ നിന്ന്, പ്രേമവിഡ്ഢി.

ആത്മകഥ - തിരിഞ്ഞു നോട്ടം, എതിർപ്പ്. ■

ജൂലൈ 2

പൊൻകുന്നം വർക്കി
ചരമദിനം

കഥയെഴുതിയതിന്റെ പേരിൽ ജയിലിൽ കഴിയേണ്ടിവന്ന മലയാള സാഹിത്യത്തിലെ ആദ്യത്തെ കഥാകാരനായിരുന്നു പൊൻകുന്നത്തുകാരനായ വർക്കി. ദൈവത്തിന്റെ പേരും പറഞ്ഞ് പള്ളിയും പട്ടക്കാരും മതവും പൗരോഹിത്യവും മുതലാളിത്തവും കൂടിച്ചേർന്നു നടത്തുന്ന അഴിമതിയും അനാശാസ്യങ്ങളും തുറന്നു കാട്ടുന്ന ഒട്ടേറെ കഥകൾ രചിച്ച് സമുദായത്തിൽ നിന്നു തന്നെ ഭ്രഷ്ടനായ കഥാകാരൻ വർക്കി, 1910 ജൂൺ 30ന് ആലപ്പുഴ ജില്ലയിലെ എടത്വായിലാണ് ജനിച്ചത്. വർക്കിക്ക് ആറു വയസ്സുള്ളപ്പോൾ പിതാവ് മരിച്ചു. പിന്നീട് അമ്മവീടായ കോട്ടയത്തെ പൊൻകുന്നത്ത് പാഴേപറമ്പിൽ വീട്ടിലേക്കു താമസം മാറ്റി. ദാരിദ്ര്യമായതിനാൽ പഠനം ക്ലേശകരമായിരുന്നു. കഠിനാധ്വാനം കൊണ്ടു മാത്രമായിരുന്നു മലയാളം ഹയറും വിദ്വാൻ പരീക്ഷയും പാസ്സായത്. പൊൻകുന്നത്ത് ഒരു കത്തോലിക്കൻ സ്കൂളിൽ അധ്യാപക ജോലിയിൽ പ്രവേശിച്ച വർക്കി, തിരുവിതാംകൂറിൽ സ്റ്റേറ്റ് കോൺഗ്രസ്സ് സമരം ശക്തിപ്പെട്ടപ്പോൾ ജോലിയുപേക്ഷിച്ചു. പള്ളി മേധാവികളുമായി യോജിക്കാൻ കഴിയാതിരുന്നതും ജോലിയുപേക്ഷിക്കാൻ കാരണമായി.

മലനാടൻ കർഷകരുടെ പങ്കപ്പാടുകൾ വിഷയമാക്കിയ കഥാകാരൻ

തകഴി കുട്ടനാടൻ കർഷകരുടെ ജീവിതത്തെ കഥകളിൽ ആവാഹിച്ചപ്പോൾ പൊൻകുന്നം വർക്കി മലനാടൻ കർഷകരുടെ ജീവിതത്തിലെ പങ്കപ്പാടുകൾ കഥകൾക്ക് വിഷയമാക്കി. ജന്മിമാരുടെ ചൂഷണം, ഉദ്യോഗസ്ഥന്മാരുടെ അനീതി, പുരോഹിതന്മാരുടെ സദാചാരമില്ലായ്മ തുടങ്ങി താൻ ജീവിച്ചിരുന്ന കാലഘട്ടത്തിലെ കേരളീയ ജീവിതത്തെ ബാധിച്ച അനാചാരങ്ങൾക്കെതിരെ കഥകളിലൂടെ ശക്തമായ പ്രതിരോധം സൃഷ്ടിക്കുകയായിരുന്നു വർക്കി.

ഒരിക്കൽ അദ്ദേഹം ഇങ്ങനെയെഴുതി; 'പ്രാണവായു ഉൾക്കൊള്ളുന്ന അന്തരീക്ഷത്തിലെ നീതികേട് കാണുമ്പോൾ കണ്ണടച്ചു കളയാൻ എന്റെ മനുഷ്യത്വത്തിന് പാണ്ഡിത്യമില്ല'. മനുഷ്യരും മിണ്ടാപ്രാണിയും തമ്മിലുള്ള ഗാഢമായ ആത്മബന്ധത്തെ അടയാളപ്പെടുത്തുന്ന 'ശബ്ദിക്കുന്ന കലപ്പ' ലോകകഥകൾക്ക് മുന്നിലെ ഏറ്റവും നല്ല ചെറുകഥയാണ്. തന്റെ നൈസർഗിക വാസനകളെ തടവിലിടാൻ വർക്കിക്ക് ഇഷ്ടമില്ലായിരുന്നു. അതുകൊണ്ടാണ് പലപ്പോഴും അദ്ദേഹത്തിന്റെ ശബ്ദം കതിനകൾപോലെ പൊട്ടിത്തെറിച്ചത്. വർക്കിയുടെ പ്രഥമ ഗദ്യകവിതാ സമാഹാരമാണ് 'തിരുമുൽക്കാഴ്ച' വർക്കിയുടെ ആദ്യകൃതിയും ഇതുതന്നെ. പിന്നീടാണ് കഥകളിലേക്കു തിരിഞ്ഞത്.

കഥ പറഞ്ഞ് ജയിലിലെത്തിയ പ്രഥമ കഥാകൃത്ത്

ജനങ്ങളുടെ താത്പര്യങ്ങളോ, അവകാശങ്ങളോ വിലമതിക്കാതെ അമേരിക്കൻ മോഡൽ ഭരണം നാട്ടിൽ അടിച്ചേൽപിക്കാൻ ശ്രമിച്ച അന്നത്തെ ദിവാൻ സി.പി രാമസ്വാമി അയ്യരെ പരിഹസിക്കുന്ന കഥയാണ് 'മോഡൽ'. 1940കളിൽ ദിവാൻ സർ സി പി രാമസ്വാമി അയ്യരുടെ സ്വേച്ഛാധിപത്യത്തിനെതിരെ 'മോഡൽ' എന്ന കഥയെഴുതിയതിന്റെ പേരിലായിരുന്നു ജയിൽവാസം വിധിക്കപ്പെട്ടത്. കുപ്പായമിടുന്നവന്റെ ആഗ്രഹം തെറ്റിച്ച് സ്വന്തം ഇഷ്ടപ്രകാരം കുടുക്കുവെച്ച മുറിക്കയ്യൻ ഷർട്ട് തുന്നി ധരിക്കാൻ നിർബന്ധിക്കുന്ന തയ്യൽക്കാരനിലൂടെ വ്യംഗ്യാർത്ഥ ഭാവമുള്ള ഈ കഥ ഏറെ ഒച്ചപ്പാടുണ്ടാക്കിയിരുന്നു. ഭരണകൂടത്തെ ധിക്കരിച്ചുവെന്ന കാരണത്താൽ ജയിലിലെത്തിയ കഥാകാരൻ പക്ഷേ, മാപ്പു പറഞ്ഞ്

പുറത്തിറങ്ങാൻ തയ്യാറായില്ല. കൂടാതെ 'മന്ത്രിക്കെട്ട്' എന്ന കഥയും അധികാരവർഗത്തെ ചൊടിപ്പിച്ചിരുന്നു.

അന്തോണീ, നീയും അച്ചനായോടാ?, പാളേങ്കോടൻ, നോൺ സെൻസ്, ഒരു പിശാചുകൂടി, രണ്ടു ചിത്രം എന്നീ കഥകൾ പൗരോഹിത്യത്തിന്റെ കാപട്യങ്ങളുടെയും സ്വാർത്ഥതകളുടെയും നേർക്ക് സന്ധിയില്ലാസമരം നടത്തിയ ഒരു കലാകാരന്റെ ആശയങ്ങളാണ്.

കേസരി ബാലകൃഷ്ണപിള്ളയുമായുള്ള ഗാഢസൗഹൃദം

അധികാര ദുഷ്പ്രഭുത്വത്തിന് മുന്നിൽ കുനിയാത്തൊരു ശിരസ്സ് വർക്കിക്കുണ്ടായിരുന്നു. പള്ളിയുടെയും പൗരോഹിത്യത്തിന്റെയും ദുർനടപടികൾക്കെതിരെ വർക്കി നിരന്തരം കഥകളെഴുതി. കേസരി ബാലകൃഷ്ണപിള്ളയുമായുള്ള സൗഹൃദം എഴുത്തിന്റെ മേഖലയിൽ പുതിയ സൗന്ദര്യാനുഭവങ്ങളെ ആവിഷ്ക്കരിക്കാൻ സഹായകമായി. ആന്റൺ ചെക്കോവിന്റെയും മോപ്പസാങ്ങിന്റെയും കൃതികൾ പരിചയപ്പെട്ടതോടെ വർക്കിയുടെ കഥകൾക്ക് പുതിയ ദിശാബോധം ലഭിച്ചു.

സാമൂഹികബോധം

മലയാള ചെറുകഥയുടെ സുവർണ്ണ കാലമെന്നു വിശേഷിക്കപ്പെടുന്ന 1930-50 കാലയളവിലാണ് വർക്കി തന്റെ പ്രധാന കഥകൾ എഴുതുന്നത്. നന്മയും തിന്മയും തമ്മിലും ഉള്ളവനും ഇല്ലാത്തവനും തമ്മിലുമുള്ള ഏറ്റുമുട്ടലുകളും സന്ധിയില്ലാസമരങ്ങളുമാണ് മിക്ക നാടങ്ങളുടെയും കാതൽ. അരങ്ങിലെത്തുമ്പോൾ കുറിക്കു കൊള്ളുന്ന നർമ്മവും നന്മയും വിജയം ലാക്കാക്കി പ്രയോഗിക്കുന്ന വർക്കിയുടെ രചനാ ശൈലിയും പ്രത്യേകം അഭിനന്ദനമർഹിക്കുന്നു. റിയലിസമായിരുന്നു കഥകളുടെ പ്രധാന സ്വഭാവം. രാഷ്ട്രീയ പ്രവർത്തനവും ഭരണകൂടത്തിന്റെ അടിച്ചമർത്തലും അവതരിപ്പിക്കുന്ന കഥകൾ വളരെ

വേഗം പ്രസിദ്ധമായി. ശബ്ദിക്കുന്ന കലപ്പ, ഇടിവണ്ടി, അച്ഛൻ കൊമ്പത്ത്, ആ വാഴവെട്ട്, തൊഴിലാളി, റേഷൻ തുടങ്ങിയ കഥകൾ പട്ടിണിക്കാരായ തൊഴിലാളികളുടെ ജീവിതമാണ് പറയുന്നത്. ഭരണകൂട മർദ്ദനവും പൗരോഹിത്യ ചൂഷണവും ഭയലേശമന്യേ അനുവാചകരെ അനുഭവിപ്പിച്ച പൊൻകുന്നം വർക്കി എക്കാലവും സാധാരണക്കാരുടെ ദുരിതങ്ങളും അതിനു വേണ്ടിയുള്ള അതിജീവനവും ചെറുത്തു നിൽപ്പുമാണ് വിഷയമാക്കിയിരുന്നത്.

ആത്മകഥാക്കുറിപ്പിൽ

"ഞാൻ സി.പി. രാമസ്വാമി അയ്യരുടെ ജയിലിൽ കിടക്കുകയാണ്. എനിക്ക് സൂപ്രണ്ടിൽകൂടി നീണ്ട ഒരറിയിപ്പു കിട്ടി. കഥകളും നാടകങ്ങളും വഴി ഞാൻ ക്ലാസ്‌വാറിനു ജനങ്ങളെ പ്രേരിപ്പിക്കുന്നു. അതുകൊണ്ടാണ് തടങ്കലിൽ വച്ചിരിക്കുന്നത്. മാപ്പുചോദിച്ചാൽ ഗവൺമെന്റ് അതേപ്പറ്റി പരിഗണിക്കുന്നതായിരിക്കും. ഇതായിരുന്നു അറിയിപ്പ്. അതിനും കുറെ മുമ്പ് ചീഫ് സെക്രട്ടറിയും എനിക്ക് ഒരു അറിയിപ്പ് തന്നിട്ടുണ്ടായിരുന്നു. ഞാൻ അന്ന് ഒരധ്യാപകനായിരുന്നു. ഞാൻ യങ്ങർ ജനറേഷനെ സോഷ്യലിസത്തിലേക്ക് നയിക്കുന്നതിനാൽ പിരിച്ചു വിട്ടു. ശിക്ഷിക്കാതിരിക്കാൻ ഇരുപത്തിനാലു മണിക്കൂറിനകം സമാധാനം കൊടുത്തുകൊള്ളണമെന്ന്. ശരി, കഥയെഴുതിയതുകൊണ്ടാണല്ലോ. ഞാൻ സഹിച്ചുകൊള്ളാം. ഇതായിരുന്നു എന്റെ സമാധാനം."

കൃതികൾ

തിരുമുൽക്കാഴ്ച, നീരാവി (ഗദ്യകവിത), എന്റെ വഴിത്തിരിവ് (ആത്മകഥ), അണിയറ, അന്തിത്തിരി, വെളിയിൽ എനിക്ക് സ്ഥലമില്ല, നിവേദനം, ഡെമോക്രസി, ഇടിവണ്ടി, വികാരസദനം, ജയിലിൽ നിന്ന്, പൊട്ടിയ ഇഴകൾ, നാട്ടുവെളിച്ചം, മോഡൽ, കടയുടെ താക്കോൽ, രണ്ടുചിത്രം, മന്ത്രിക്കെട്ട്, അന്തോണീ നിയും അച്ചനായോടാ, കറുപ്പും വെളുപ്പും, വണ്ടിക്കാള, ആ വാഴവെട്ട്, ചാത്തന്റെ മകൾ, ദാഹം, ഹൃദയനാദം, ശബ്ദിക്കുന്ന കലപ്പ (കഥകൾ).

പ്രേമാവിഷ്കാരം, ജേതാക്കൾ, വഴിതുറന്നു, സ്വർഗം നാണിക്കുന്നു, വിശറിക്കു കാറ്റുവേണ്ട, ഞാനൊരധികപ്പറ്റാണ്, കതിരുകാണാക്കിളി, ചലനം, വികാരസദനം (ഒന്നാം ഭാഗം), വികാരസദനം

(രണ്ടാം ഭാഗം) ആരാമം, അണിയറ, ഹൃദയനാദം, നിവേദനം, പൂജ, പ്രേമവിപ്ലവം, ഭർത്താവ്, ഏഴകൾ, ജേതാക്കൾ (നാടകം)തുടങ്ങിയവയാണ് മനുഷ്യസ്നേഹിയായ ആ കാവ്യോപാസകന്റെ തൂലികയിൽ നിന്ന് ഉതിർന്നുവീണത്.

അവാർഡുകൾ, അധികാരങ്ങൾ

പുരോഗമന കലാ സാഹിത്യ സംഘടനയുടെ സെക്രട്ടറിയായി അഞ്ചുകൊല്ലം സേവനമനുഷ്ഠിച്ച വർക്കി 1967 മുതൽ 70 വരെ കോട്ടയത്തെ സാഹിത്യകാരന്മാരുടെ കൂട്ടായ്മ സംരംഭമായ സാഹിത്യ പ്രവർത്തക സഹകരണ സംഘത്തിന്റെ പ്രസിഡന്റു കൂടിയായിരുന്നു. 1971 മുതൽ 74 വരെ കേരള സാഹിത്യ അക്കാദമിയുടെ പ്രസിഡന്റായി. സ്നേഹസീമ, ഭാര്യ, അൾത്താര എന്നീ ചലച്ചിത്രങ്ങളുടെ തിരക്കഥാകൃത്തു കൂടിയായിരുന്ന വർക്കിയുടെ 'ശബ്ദിക്കുന്ന കലപ്പ'യടക്കം ചില കഥകൾ യൂറോപ്യൻ ഭാഷകളിലേക്കും വിവർത്തനം ചെയ്യപ്പെട്ടിട്ടുണ്ട്.

എതിർപ്പിന്റെ അപ്പോസ്തലനായ പൊൻകുന്നം വർക്കിയെ തേടി അംഗീകാരങ്ങളും പുരസ്കാരങ്ങളും കാലാകാലങ്ങളിൽ വന്നിട്ടുണ്ട്.

തിരുമുൽക്കാഴ്ച എന്ന പ്രഥമ സമാഹാരത്തിന് മദിരാശി ഗവൺമെന്റിന്റെ സമ്മാനം.

1988 കേരള സാഹിത്യ അക്കാദമി ഫെല്ലോഷിപ്പ്.

1998-ലെ എഴുത്തച്ഛൻ പുരസ്കാരം.

2002-ലെ ലളിതാംബികാ അന്തർജ്ജനം അവാർഡ്.

2002-ലെ വള്ളത്തോൾ പുരസ്കാരം.

■

ജൂലൈ 4

മാഡം ക്യൂറി ചരമദിനം

ലോകമെങ്ങുമുള്ള വനിതാ ശാസ്ത്രജ്ഞർക്ക് എക്കാലത്തും പ്രചോദനവും പ്രോത്സാഹനവും നൽകി ശാസ്ത്രത്തിനുവേണ്ടി, ജീവിതം ഉഴിഞ്ഞുവെച്ച മഹതിയായിരുന്നു മന്യ എന്ന ഓമനപ്പേരുള്ള മരിയ സലോമിയ സ്ക്ളോഡോവ്സ്ക എന്ന മേരി ക്യൂറി. ലോകത്തിൽ ആദ്യവും ഒരുപക്ഷേ, അവസാനവുമായി രണ്ടു ശാസ്ത്രവിഷയങ്ങൾക്ക് നോബേൽ സമ്മാനം നേടിയ വനിത കൂടിയാണവർ. റേഡിയം കണ്ടുപിടിച്ച് അതൊരു പുതിയ മൂലകമാണെന്ന് മേരി ക്യൂറി തെളിയിച്ചു. ഭൗതിക ശാസ്ത്രത്തിനും രസതന്ത്രത്തിനുമാണ് നോബൽ സമ്മാനം നേടിയത്. രണ്ടുതവണ രണ്ട് ശാസ്ത്ര വിഷയങ്ങൾക്ക് നോബൽ പുരസ്കാരം നേടിയ ബഹുമതിയും ഇവർക്ക് തന്നെ.

പ്രകൃതിയുടെ പുത്തൻകാഴ്ചകൾ കണ്ടപ്പോഴെല്ലാം അവരുടെ മനസ്സ് ഒരു ശിശുവിനെപ്പോലെ തുള്ളിച്ചാടുകയായിരുന്നു. പ്രകൃതിയെ സ്നേഹിച്ച് നിഷ്കളങ്കയായ ശിശുവിൻെറ പരിശുദ്ധിയോടെ അവളുടെ മടിത്തട്ടിൽ ഓടിക്കളിച്ച് മറ്റാരും കാണാത്ത അതുല്യ പ്രതിഭാസങ്ങൾ കണ്ടെത്തിയ അപൂർവ പ്രതിഭാശാലിയായിരുന്നു പിൽക്കാലത്ത് വിശ്വവിഖ്യാതയായ മേരി ക്യൂറി എന്ന മാഡം ക്യൂറി.

പട്ടിണിയെ തോല്പിച്ച പഠനം

റഷ്യയിലെ സാർ ചക്രവർത്തിയുടെ ഭരണ പ്രദേശമായിരുന്ന പോളണ്ടിലെ വാഴ്സയിലാണ് 1867 നവംബർ 7ന് മേരി ജനിച്ചത്. അധ്യാപക ദമ്പതികളായ ബ്രോണിസ്ളാവ് സ്കോഡോവ്സ്കയുടെയും വ്ളാഡിസ്ളാവിൻെറയും അഞ്ചു മക്കളിൽ ഇളയവളായിരുന്നു മേരി. പഠിച്ച് ഉയരങ്ങളിൽ എത്തണമെന്നായിരുന്നു മേരിയുടെയും മൂത്ത ചേച്ചിയായ ബ്രോണിയുടെയും ആഗ്രഹം. എന്നാൽ, കുടുംബത്തിന്റെ സാമ്പത്തികസ്ഥിതി തടസ്സമായിരുന്നു. തന്നെയുമല്ല, അന്ന് പോളണ്ടിൽ പെൺകുട്ടികൾക്ക് ഉപരിപഠനവും ഗവേഷകപഠനവും നിഷിദ്ധവുമായിരുന്നു. എന്നാൽ, മേരിയുടെ നിശ്ചയദാർഢ്യവും പഠിക്കാനുള്ള അടങ്ങാത്ത ആഗ്രഹവും എല്ലാ പരിമിതികളെയും പ്രതിബന്ധങ്ങളെയും അതിജീവിച്ച് ഒട്ടനവധി നേട്ടങ്ങൾ കൈവരിക്കുവാൻ സഹായിച്ചു.

മുന്നേറുന്ന പഠനം

റഷ്യൻ സ്കൂളിലായിരുന്നു മേരിയുടെ പ്രാഥമിക വിദ്യാഭ്യാസം. ദുരിതങ്ങൾ നിറഞ്ഞ ബാല്യമായിരുന്നു മേരിയുടേത്. 12 വയസ്സുള്ളപ്പോൾ അമ്മയും രണ്ടുവർഷം കഴിഞ്ഞ് മൂത്ത സഹോദരി സോഫിയയും ക്ഷയരോഗം മൂലം മരിച്ചു. തുച്ഛവരുമാനം മാത്രമുള്ള കുടുംബം ജീവിക്കാൻ ഏറെ പണിപ്പെട്ടു. അടുക്കള ജോലിയെല്ലാം മേരിയുടെ ചുമലിലായി. സാമ്പത്തിക സ്ഥിതി മോശമായിരുന്നതിനാൽ പഠനം അവസാനിപ്പിച്ച് ഒരു വീട്ടിൽ കുറെക്കാലം ട്യൂഷനെടുത്തു. പാരീസിൽ ഡോക്ടറാകാൻ പഠിക്കുന്ന സഹോദരിക്ക് പണം നൽകിയും സഹായിച്ചിരുന്നു. പോളണ്ടിലെ റഷ്യൻ അധിനിവേശത്തിനെതിരെ പോരാടിയതിൻെറ പേരിൽ മേരിയുടെ പിതാവിന് ജോലിയും നഷ്ടമായിരുന്നു. ആയയായും വീട്ടുജോലിക്കാരിയായും ട്യൂഷൻ ടീച്ചറായുമൊക്കെ ജോലിചെയ്ത മേരി നാലുവർഷം കഷ്ടപ്പെട്ട് പണിയെടുത്ത് ചേച്ചിക്ക് മുടങ്ങാതെ പണമയച്ചുകൊണ്ടേയിരുന്നു. അതിനിടെ, രാഷ്ട്രീയ പ്രവർത്തനവും. അന്നാട്ടിൽ അക്കാലത്ത് നിരോധിക്കപ്പെട്ടിരുന്ന പോളിഷ് ഭാഷ പ്രചരിപ്പിക്കുകയും ചെയ്തിരുന്നു. സ്വാതന്ത്ര്യ സമരത്തിനായി ജനങ്ങളെ പ്രോത്സാഹിപ്പിച്ചു. രഹസ്യമായി നടത്തിയിരുന്ന 'ഫ്ളെയിങ് സർവകലാശാല'യിൽ മേരി പഠനവും നടത്തി. അണ്ടർ ഗ്രൗണ്ട് കോളജ് പഠനത്തിലൂടെ ഡിഗ്രിയും നേടി.

പാരീസിൽ വിശന്ന വയറുമായി ക്ലാസിൽ

പഠിക്കാനുള്ള അദമ്യമായ അഭിലാഷം പിതാവ് മേരിയിൽ കണ്ടിരുന്നു. 16-ാമത്തെ വയസ്സിൽ സ്വർണമെഡൽ നേടി അവർ സ്കൂൾ വിദ്യാഭ്യാസം പൂർത്തിയാക്കി. ഫിസിക്സ് അധ്യാപകനായ തൻെറ പിതാവിൻെറ കണ്ണാടി, അലമാരയിലെ പരീക്ഷണ ഉപകരണങ്ങൾ എന്നിവ അവളെ ഒത്തിരി സ്വാധീനിച്ചു. അച്ഛനൊപ്പം പല രാസപരീക്ഷണങ്ങളിലും അവൾ പങ്കാളിയായി. ചേച്ചി ബ്രോണി പാരിസിൽ മെഡിസിൻ പഠിക്കാൻ പോയി. ആ സഹോദരി മേരിയെ പാരീസിലേക്കു ക്ഷണിച്ചു. അങ്ങനെയാണ് മേരി പാരീസിലെത്തുന്നത്. പാരീസിലെത്തിയതോടെ പഠിക്കാനുള്ള മോഹം പൂവണിഞ്ഞു. 1891ൽ ഫിസിക്സും കണക്കും മുഖ്യവിഷയമായെടുത്ത് പഠനം തുടങ്ങി. ഇതിനിടയിൽ സഹോദരി വിവാഹം കഴിച്ച് പാരീസിൽ സ്ഥിരതാമസമാക്കി. പലപ്പോഴും വിശന്ന വയറുമായിട്ടാണ് മേരി ക്ലാസിലെത്തിയത്.

പിയറി ക്യൂറിയുമായി വിവാഹം

1894ൽ സോർബോ സർവകലാശാലയിലെ പഠനകാലത്താണ് പിയറിയെ പരിചയപ്പെടുന്നത്. പിസോ ഇലക്ട്രിക് പ്രഭാവത്തിന്റെ കണ്ടുപിടിത്തത്തോടെ ശാസ്ത്രലോകത്ത് പ്രശസ്തനായിരുന്നു അദ്ദേഹം. മേരി തൻെറ കൊച്ചുപരീക്ഷണശാലയിൽ പരീക്ഷണങ്ങളുമായി കഴിയവേ, 1895 ജൂലൈയിൽ പിയറി ക്യൂറി മേരിയെ വിവാഹം കഴിച്ചു. സ്കൂൾ ഓഫ് ഫിസിക്സിലെ അദ്ധ്യാപകനായ പിയറി ക്യൂറി എന്ന യുവശാസ്ത്രജ്ഞനുമായുള്ള വിവാഹബന്ധം മേരിയുടെ ജീവിതത്തിൽ വഴിത്തിരിവായി. അതോടെ മേരി സ്കഡോവ്സ്ക മേരി ക്യൂറിയായി.

വരുന്നു 'പൊളോണിയം'

വിവാഹശേഷം പിയറിയും ഗവേഷണത്തിൽ പങ്കുചേർന്നു. കൈക്കുഞ്ഞിനെ എടുത്തുകൊണ്ട് മേരി രാപകൽ ഗവേഷണം നടത്തി. 1896ൽ തികച്ചും യാദൃച്ഛികമായാണ് ഹെൻറിബെക്വറൽ (മേരിയുടെ ഗൈഡ്) യുറേനിയം ധാതുവായ പിച്ച്ടെൻഡിൽ നിന്നുള്ള വികിരണങ്ങളെക്കുറിച്ചുള്ള കണ്ടെത്തൽ നടത്തിയത്. ഇതിൽ ആകൃഷ്ടയായ ക്യൂറിമാർ ഈ പ്രതിഭാസത്തിന് 'റേഡിയോ ആക്ടിവിറ്റി' എന്ന പേരു നൽകി. പിച്ച്ടെൻഡിൽ യുറേനിയത്തെ

കൂടാതെ വേറെയും റേഡിയോ ആക്ടീവ് മൂലകങ്ങൾ ഉണ്ടെന്ന് മനസ്സിലാക്കിയ ക്യൂറിമാർ അത് കണ്ടെത്താനുള്ള ശ്രമമാരംഭിച്ചു. അക്ഷീണമായ പരിശ്രമത്തിൻെറ ഫലമായി 1898ൽ പുതിയൊരു മൂലകത്തെ പിച്ച്ടെൻഡിൽനിന്ന് കണ്ടെത്തി. മേരിക്യൂറി തൻെറ ജന്മനാടിൻെറ നാമം ചേർത്ത് 'പൊളോണിയം' എന്ന പേരു നൽകി.

റേഡിയത്തിന്റെ മാതാപിതാക്കൾ

യുറേനിയത്തിന്റെ ധാതുവായ പിച്ച്ബ്ളെൻഡ് കട്ടകൾ പൊടിയാക്കി വലിയ കുട്ടകത്തിലിട്ട് തിളിപ്പിച്ച് പിയറി മേരി ദമ്പതികൾ പരീക്ഷണമാരംഭിച്ചു. നാലുവർഷത്തോളം ആ പരീക്ഷണം നീണ്ടു. 1902ൽ ഒരു ദിവസം ദമ്പതികൾ നടക്കാനിറങ്ങി. വൈകിട്ട് പരീക്ഷണശാലയിലെത്തിയപ്പോൾ ടെസ്റ്റ്ട്യൂബിൽ നീല പ്രകാശം കണ്ടു. തങ്ങളുടെ നീണ്ട കഠിനതപസ്സിന്റെ ഫലമായ റേഡിയമാണതെന്ന് അവർ തിരിച്ചറിയുന്നു. റേഡിയത്തിന്റെ അറ്റോമിക ഭാരം 225 ആണെന്ന് മേരി മനസ്സിലാക്കി. 1903ൽ ഇതുസംബന്ധിച്ച പഠനത്തിന് സൊർബോൺ യൂണിവേഴ്സിറ്റിയിൽ നിന്ന് മേരി ഡോക്ടറേറ്റ് നേടി. റേഡിയത്തിന്റെ കണ്ടുപിടിത്തം കാൻസർ ചികിത്സയ്ക്ക് വലിയ സംഭാവന നൽകി. ഇതോടെ മേരിയെ ആളുകൾ ബഹുമാനത്തോടെ 'മാഡം ക്യൂറി' എന്ന് വിളിക്കാൻ തുടങ്ങി. റേഡിയത്തിന്റെ മാതാപിതാക്കളെന്ന് മേരിയെയും പിയറിയെയും ലണ്ടനിലെ റോയൽ സൊസൈറ്റി വിശേഷിപ്പിച്ചു.

നോബൽ സമ്മാനത്തിന്റെ കുടുംബം

1903ൽ ഫിസിക്സിനുള്ള നൊബേൽ സമ്മാനം മേരിയും ഭർത്താവ് പിയറിയും മേരിയുടെ ഗൈഡ് ഹെൻറി ബെക്വറലും പങ്കുവെച്ചു. 1911ൽ രസതന്ത്രത്തിനുള്ള നൊബേൽ സമ്മാനം മാഡം ക്യൂറിയെ തേടിയെത്തി. റേഡിയത്തിൻെറ കണ്ടുപിടിത്തത്തിനാണ് നൊബേൽ സമ്മാനം ലഭിച്ചത്. ഇവിടം കൊണ്ടുംതീരുന്നില്ല ക്യൂറികുടുംബത്തിലെ നൊബേൽ വിശേഷങ്ങൾ. ക്യൂറിയുടെ മൂത്തമകളായ ഐറിൻ ജൂലിയോ ക്യൂറിയും ഐറിൻെറ ഭർത്താവ് ഫ്രെഡറിക് ജൂലിയോ ക്യൂറിയുമാണ് 1935ൽ രസതന്ത്ര നൊബേലിന് അർഹരായത്. പുതിയ റേഡിയോ ആക്ടീവ് മൂലകങ്ങളുടെ സംയോജിപ്പിക്കലിനാണ് അവർക്ക് നൊബേൽ പുരസ്കാരം ലഭിച്ചത്. ഒട്ടനവധി പുരസ്കാരങ്ങളും ബഹുമതികളും പിന്നീട് മേരിക്ക് ലഭിക്കുകയുണ്ടായി.

മാഡം ക്യൂറിയും പിയറെ ക്യൂറിയും

പരീക്ഷണങ്ങൾ തന്നെ അന്തകനായി ഭവിക്കുന്നു

റേഡിയോ ആക്ടീവ് മൂലകങ്ങൾ ഉപയോഗിച്ച് അർബുദചികിത്സ നടത്തുന്നതു സംബന്ധിച്ച ആദ്യപരീക്ഷണങ്ങൾ നടത്തിയതും മാഡം ക്യൂറിയാണ്. പാരിസിലെ ക്യൂറി ഇൻസ്റ്റിറ്റ്യൂട്ടും വാഴ്സയിലെ ക്യൂറി ഇൻസ്റ്റിറ്റ്യൂട്ടും സ്ഥാപിച്ചതും മേരിക്യൂറി തന്നെ. ഒന്നാം ലോക യുദ്ധകാലത്ത് സൈനിക ആവശ്യങ്ങൾക്കുവേണ്ടി 'റേഡിയോളജി' സംവിധാനം യുദ്ധമുഖത്ത് ഉപയോഗിക്കാനും ക്യൂറി സജ്ജമാക്കി.

അർബുദം രോഗത്തിനുള്ള ചികിത്സയിൽ നിർണ്ണായകമായ റേഡിയോ ആക്ടീവ് മൂലകമായ റേഡിയം കണ്ടുപിടിച്ച മേരി ക്യൂറി പരീക്ഷണങ്ങളുടെ ഭാഗമായി വർഷങ്ങളോളം റേഡിയത്തിന്റെ ശക്തി കൂടിയ വികിരണങ്ങൾ ശ്വസിക്കുന്നതുമൂലമുണ്ടായ രക്താർബുദം (അപ്ലാസ്റ്റിക് അനീമിയ)കാരണം 1934 ജൂലൈ 4ന് അന്ത്യയാത്ര യായി. ഓരോ ജൂലൈ മാസം വരുമ്പോഴും ഈ വിശ്വോത്തര ശാസ്ത്രജ്ഞയെ ലോകം ആദരവോടെ ഓർത്തുപോകുന്നു. ■

ജൂലൈ 4

ഇടപ്പള്ളി രാഘവൻപിള്ള ചരമദിനം

വായനയിലും വില്പനയിലും റിക്കാർഡ് സൃഷ്ടിച്ച ഒരു കാവ്യഗ്രന്ഥമെഴുതാൻ മറ്റൊരു കവിക്കു പ്രചോദനമാകാൻ തന്റെ ജീവിതം തന്നെ ആത്മാഹുതി ചെയ്ത രാഘവൻ പിള്ള എന്ന ഇടപ്പള്ളി രാഘവൻ പിള്ള 1909 മെയ് 30ന് ഇടപ്പള്ളിയിൽ ഇളമക്കരയിലാണ് ജനിച്ചതും വളർന്നതും. കവിയുടെ ബാല്യ ത്തിൽ തന്നെ അമ്മ മരിച്ചു. ദരിദ്രമായിരുന്നു കുടുംബം. ഇടപ്പള്ളിയിൽ പോണേക്കര സ്ക്കൂളിൽ പ്രാഥമിക വിദ്യാഭ്യാസം നേടി. ചുറ്റുപ്പാടുകരയിലെ ഇംഗ്ളീഷ് സ്ക്കൂളിൽനിന്ന് മിഡിൽ സ്ക്കൂൾ പരീക്ഷ ജയിച്ചു. ഹൈസ്ക്കൂൾ വിദ്യാഭ്യാസം ചേരാനല്ലൂരും എറണാകുളത്തും. രണ്ടാംതവണ പരീക്ഷ എഴുതിയപ്പോഴാണ് പത്താം ക്ലാസ് ജയിച്ചത്. 1934ൽ തിരുവനന്തപുരത്തെത്തി ബാല കൃഷ്ണൻ നായർ എം. എന്ന പ്രസാധകനൊപ്പം താമസിച്ചു. അവിടെ വച്ച് വിദ്വാൻ പരീക്ഷ എഴുതിയെങ്കിലും പരാജയപ്പെട്ടു.

കണക്കപ്പിള്ളയായും ട്യൂഷൻ മാഷായും തുടരുന്ന ജീവിതം

ഇക്കാലത്ത് കേരളകേസരി, ശ്രീമതി എന്നീ പ്രസിദ്ധീകരണ ങ്ങളുമായി അദ്ദേഹം ബന്ധപ്പെട്ടിരുന്നു. ഒരു കടയിൽ കുറച്ചുകാലം കണക്കപ്പിള്ളയായി. ഇടപ്പള്ളിയിൽ ഒരു സമ്പന്ന കുടുംബത്തിൽ ട്യൂഷൻ മാസ്റ്റർ എന്ന നിലയിൽ രാഘവൻപിള്ള ജോലി ചെയ്തിരുന്നപ്പോൾ, അവിടത്തെ ഒരു പെൺകുട്ടിയുമായി പ്രേമബന്ധത്തിലായി. ആ കുട്ടിയുടെ തറവാട്ടിൽ നിന്നും വിവാഹം കഴിച്ചിരുന്ന വൈക്കം നാരായണപ്പിള്ള എന്ന അഭിഭാഷകന്റെ

കൊല്ലത്തെ വീട്ടിലേക്കാണ്, തിരുവനന്തപുരത്തുനിന്നും രാഘവൻ പിള്ള പോയത്. തന്റെ കാമിനി വിവാഹിതയാകുന്നു എന്ന വാർത്ത അദ്ദേഹത്തിന്റെ ഹൃദയത്തിന് താങ്ങാനായില്ല. 1936 ജൂലൈ 4ന് നാരായണപ്പിള്ളയുടെ വക്കീലാഫീസിൽ, രാഘവൻപിള്ള തൂങ്ങി മരിക്കുകയായിരുന്നു.

കവിതകളുടെ സാമാന്യസ്വഭാവം

ജീവിതകാലം മുഴുവൻ ദാരിദ്ര്യവും അപമാനവും രാഘവൻ പിള്ളയെ നിഴലുപോലെ പിൻതുടർന്നു. ഹൈസ്ക്കൂളിൽ പഠിക്കുമ്പോൾ, അദ്ദേഹത്തിന്റെ അച്ഛൻ, സർക്കാരിന്റെ പണം അപഹരിച്ച കേസിൽപെട്ട് ജയിലിലായി. ഇടപ്പള്ളിയിലെ താമസക്കാലത്ത് രാഘവൻപിള്ളയ്ക്ക് തുണയായത് ഇടപ്പള്ളി കരുണാകരമേനോനാണ്. കരുണാകരമേനോന്റെ നേതൃത്വത്തിൽ ഇടപ്പള്ളിയിൽ നടന്നുപോന്ന സാഹിത്യ സമ്മേളനങ്ങളിലൂടെയാണ് രാഘവൻപിള്ള വളർന്നത്. ഭാവിയെക്കുറിച്ച് അശുഭചിന്തകൾ, നൈരാശ്യം ഉണർത്തിയ വിഷാദാത്മകത്വം, പ്രകൃതിയോടുള്ള മമത, മരണാഭിമുഖ്യം, കഷ്ടതയും ദുഃഖവും അനുഭവിക്കുന്നവരോടുള്ള സഹഭാവം, നിസ്സഹായതാബോധം ഇവയൊക്കെ രാഘവൻപിള്ളയുടെ കവിതകളുടെ സാമാന്യസ്വഭാവമാണ്.

അന്തർമുഖനായ കവി

അപൂർവ്വം രചനകളെ ഇടപ്പള്ളിയുടേതായി സംസ്കൃത വൃത്തങ്ങളിൽ രചിക്കപ്പെട്ടവയായി കണ്ടെടുക്കപ്പെട്ടിട്ടുള്ളൂ. ദ്രാവിഡവൃത്തങ്ങളിൽ എഴുതിയവയ്ക്കു പുറമെ നാടോടിപ്പാട്ടുകളുടെ ശീലുകളിലും അദ്ദേഹം കവിതകൾ എഴുതി. ശബ്ദസൗകുമാര്യം, വികാരാവേശം എന്നിവ രാഘവൻപിള്ളയുടെ കവിതയിൽ പലപ്പോഴും സുനിയന്ത്രിതമായിട്ടാണ് കാണുന്നത്. സുഹൃത് കവിയായ ചങ്ങമ്പുഴയുമായി താരതമ്യപ്പെടുത്തി നോക്കിയാൽ രാഘവൻപിള്ള, ജീവിതത്തിൽ എന്ന പോലെ കവിതയിലും അന്തർമുഖനായിരുന്നുവെന്നു കാണാം. ഈ കാല്പനികനിൽ ക്ളാസിക് സാഹിത്യത്തിന്റെ രൂപഘടന കൂടുതൽ ദൃഢമായിരുന്നു. ആത്മഹത്യയ്ക്കുമുൻപ്, അദ്ദേഹം തന്റെ ശത്രുക്കൾക്കും മിത്രങ്ങൾക്കുമായി എഴുതിവച്ച കത്ത് പ്രശസ്തമാണ്. രാഘവൻപിള്ളയുടെ മിക്കവാറും കവിതകൾ ഒന്നിച്ചു ചേർത്ത് 'ഇടപ്പള്ളികൃതികൾ' എന്ന പേരിൽ പ്രസിദ്ധപ്പെടുത്തിയിട്ടുണ്ട്. ഇടപ്പിള്ളിയുടെ ആത്മഹത്യയാണ് ചങ്ങമ്പുഴയുടെ രമണൻ എന്ന കാവ്യ പരമ്പരയ്ക്ക് പിന്നിൽ.

കൃതികൾ

തുഷാരഹാരം, നവസൗരഭം, ഹൃദയസ്മിതം, മണിനാദം. ■

ജൂലൈ 5

തിരുനെല്ലൂർ കരുണാകരൻ ചരമദിനം

മനുഷ്യന്റെ അടിസ്ഥാന ഭാവമായ സ്നേഹത്തെയും പ്രണയത്തേയും ആവിഷ്ക്കരിക്കാൻ കവിതകളെ കൂട്ടുകാരനാക്കിയ, മലയാള കവിതയിലെ അരുണദശകത്തിലെ കവികളിൽ പ്രമുഖനായിരുന്ന കവിയും സാഹിത്യകാരനും വിവർത്തകനും അധ്യാപകനുമാണ് തിരുനെല്ലൂർ കരുണാകരൻ. 1924 ഒക്ടോബർ 8ന് കൊല്ലം താലൂക്കിൽ അഷ്ടമുടിക്കായൽത്തീരഗ്രാമമായ പെരിനാടാണ് അദ്ദേഹം ജനിച്ചത്. പ്രാഥമികവിദ്യാഭ്യാസവും സംസ്കൃതപഠനവും ഒന്നിച്ചായിരുന്നു. എസ്.എസ്.എൽ.സിക്ക് പ്രാക്കുളം എൻ.എസ്.എസ്. ഇംഗ്ലീഷ് ഹൈസ്ക്കൂളിലും ബി.എ.യ്ക്ക് കൊല്ലം എസ്.എൻ.കോളേജിലും പഠിച്ചു. ചരിത്രത്തിൽ ബിരുദം നേടിയ ഇദ്ദേഹം കൊല്ലം എസ്.എൻ. കോളേജിൽ മലയാളം ട്യൂട്ടറായാണ് ഔദ്യോഗിക ജീവിതം ആരംഭിച്ചത്. ഒരു വർഷം ജോലി ചെയ്തു. 1954ൽ യൂണിവേഴ്സിറ്റി കോളേജിൽനിന്ന് മലയാള സാഹിത്യത്തിൽ എം.എ നേടി. ആ വർഷം തന്നെ കോളേജ് അധ്യാപകനായി സർക്കാർ സർവീസിൽ പ്രവേശിച്ചു. ആദ്യത്തെ മൂന്നുവർഷം ഗവ. ആർട്സ് കോളേജിലും അതിനുശേഷം 1975 വരെ യൂണിവേഴ്സിറ്റി കോളേജിലും.

ഔദ്യോഗിക ജീവിതം

1975ൽ കേരള പബ്ലിക് സർവീസ് കമ്മീഷൻ അംഗമാകുകയും 1981ൽ ഔദ്യോഗിക ജീവിതത്തിൽനിന്ന് വിരമിക്കുകയും ചെയ്തു.

1989 മുതൽ 1994 വരെ ജനയുഗം വാരികയുടെ മുഖ്യപത്രാധിപരായിരുന്നു. 1973ൽ സോവിയറ്റ് റഷ്യയിൽ നടന്ന എഴുത്തുകാരുടെ സമ്മേളനത്തിൽ പങ്കെടുത്ത ഇന്ത്യൻ പ്രതിനിധിസംഘത്തിൽ അംഗമായിരുന്നു. കേരളകലാമണ്ഡലത്തിന്റെയും കേരള സാഹിത്യ അക്കാദമിയുടെയും വിവിധ സമിതികളിലും കേരളസർവകലാശാലാ സെനറ്റിലും തിരുനെല്ലൂർ അംഗമായിരുന്നിട്ടുണ്ട്.

കാറൽ മാർക്സിന്റെ മൂലധനവും ലെനിന്റെ തിരഞ്ഞെടുത്ത കൃതികളും മലയാളത്തിലേക്ക് വിവർത്തനം ചെയ്യാൻ നിയുക്തമായ സമിതികളിലും ഇദ്ദേഹം അംഗമായിരുന്നു. 1973ൽ റഷ്യയിൽ അൽമാഅത്തയിൽ വച്ചു നടന്ന ആഫ്രോ ഏഷ്യൻ എഴുത്തുകാരുടെ സമ്മേളനത്തിൽ ഇന്ത്യൻ പ്രതിനിധികളിൽ ഒരാളായി പങ്കെടുക്കുകയും തുടർന്ന് റഷ്യയിൽ ഒരു ഹ്രസ്വകാല പര്യടനം നടത്തുകയും ചെയ്തു.

വിവിധ ശൈലിയിലുള്ള രചനകൾ

ലളിതഗാനങ്ങൾ, കുട്ടിക്കവിതകൾ, നാടകഗാനങ്ങൾ, മാർച്ചിംഗ് ഗാനങ്ങൾ, കഥാപ്രസംഗങ്ങൾ, സംസ്കൃത കവിതകൾ തുടങ്ങി നിരവധി രചനകൾ അദ്ദേഹത്തിന്റേതായുണ്ട്. കുമാരനാശാന്റെ 'ചണ്ഡാലഭിക്ഷുകി'യുടെ സംസ്കൃത പരിഭാഷയും ഭാരതീയ സൗന്ദര്യശാസ്ത്രത്തെക്കുറിച്ചുള്ള നിരവധി ലേഖനങ്ങളും അക്കൂട്ടത്തിൽ പെടും. ലഘുവായ ഭാവഗീതങ്ങൾ, ദീർഘമായ ആഖ്യാന കവിതകൾ, കുട്ടിക്കവിതകൾ, നാടൻപാട്ടിന്റെ ലാളിത്യമുള്ള ഗാനങ്ങൾ, പുരാണ പുനർവ്യാഖ്യാനങ്ങൾ എന്നിങ്ങനെ വിവിധ ശൈലിയിലുള്ള രചനകളുൾക്കൊള്ളുന്ന കാവ്യപ്രപഞ്ചമാണ് തിരുനെല്ലൂരിന്റേത്.

അരുണദശകത്തിലെ കവി

പ്രണയത്തെയും വിപ്ലവത്തെയും തന്റെ സർഗാത്മക ജീവിതത്തോട് ചേർത്തുപിടിച്ച കവിയും ഗാനരചയിതാവുമായിരുന്നു തിരുനെല്ലൂർ കരുണാകരൻ. കേരളത്തിന്റെ ചുവന്ന ദശകങ്ങളിൽ കവിതകളിലൂടെ സാധാരണക്കാരുടെ ഹൃദയങ്ങളിൽ വിപ്ലവത്തിന്റെ തീജ്ജ്വാലകൾ വിതറുകയായിരുന്നു തിരുനെല്ലൂർ കവിതകൾ. താൻ ചവിട്ടി നിന്ന മണ്ണിന്റെ ചൂടും ചൂരും ആവേശത്തോടെയാണ് തിരുനെല്ലൂർ കവിതയിലേക്ക് ആവാഹിച്ചത്. എട്ട്

മുടികൾ വിടർത്തിയിട്ട സുന്ദരിയായ അഷ്ടമുടിക്കായലും കവിയുടെ ഗ്രാമമായ പെരിനാട്ടെ മൊട്ടക്കുന്നും കണ്ണെത്താദൂരത്തോളം പരന്ന് കിടക്കുന്ന കതിർപ്പാടവും പാടത്തെ വകഞ്ഞ് മാറ്റുന്ന റയിൽവേ ട്രാക്കും ശബ്ദമുണ്ടാക്കി കടന്നുപോകുന്ന കാളവണ്ടികളും അതിലിളകിയാടുന്ന റാന്തൽ വിളക്കും തെല്ലൊന്നുമല്ല കവിയെ സ്വാധീനിച്ചത്.

ജീവിതാന്ത്യംവരെ കമ്മ്യൂണിസ്റ്റായി...

തത്ത്വചിന്തയിലും മാർക്സിസമുൾപ്പെടെയുള്ള പാശ്ചാത്യ ചിന്തയിലും പാണ്ഡിത്യമുണ്ടായിരുന്ന അദ്ദേഹം ജീവിതാന്ത്യംവരെ കമ്മ്യൂണിസ്റ്റാശയങ്ങളിൽ വിശ്വാസം പുലർത്തി. രാമായണത്തെ പുനർവ്യാഖ്യാനം ചെയ്യുന്ന, പന്ത്രണ്ട് സർഗ്ഗങ്ങളായി വിഭാവനം ചെയ്ത 'സീത' എന്ന ദീർഘകാവ്യത്തിന്റെ രചനയിലായിരുന്ന പ്പോഴാണ് അന്ത്യമുണ്ടായത്. 2006 ജൂലൈ 5 ന് ജന്മനാട്ടിൽ വച്ചായി രുന്നു അന്ത്യം. കവിയുടെ ആഗ്രഹപ്രകാരം മതാചാരപ്രകാരമുള്ള അന്ത്യചടങ്ങുകൾ ഒഴിവാക്കിയിരുന്നു. അധ്വാനിക്കുന്നവരുടെ സംഘശക്തിയെക്കുറിച്ചും അജയ്യതയെക്കുറിച്ചും ഗാഢമായ വിശ്വാസം തിരുനെല്ലൂരിനുണ്ടായിരുന്നു. അദ്ദേഹം എഴുതിയ വരി കൾ ഇതിനു തെളിവായി ഉദ്ധരിക്കാം.

"ധീരത നശിക്കില്ല
മർദ്ദനങ്ങളാൽ, കൊച്ചു
കൂരകൾ പരാജയം
സമ്മതിക്കുകയില്ല
ഒത്തുചേർന്നൊരായിരം
മുഷ്ടികൾ ഉയരുമ്പോൾ
കൽത്തുറുങ്കിൽ വീഴും
കൈവിലങ്ങുകൾ പൊട്ടും."

സമന്വയഭാവമുള്ള കവിതകൾ

മാർക്സിയൻ സൗന്ദര്യശാസ്ത്രത്തിന്റെയും പൗരസ്ത്യ കാവ്യ സംസ്കാരത്തിന്റെയും സമന്വയ ഭാവം തിരുനെല്ലൂരിന്റെ കവിത കളിൽ കാണാൻ കഴിയും. ഇദ്ദേഹത്തിന്റെ മേഘസന്ദേശം (1959) മലയാളത്തിലെ മേഘസന്ദേശവിവർത്തനങ്ങളിൽ മുന്നിട്ടു നില്ക്കുന്നു.

കുമാരനാശാന്റെ ചണ്ഡാലഭിക്ഷുകിക്ക് തയ്യാറാക്കിയിട്ടുള്ള സംസ്കൃത വിവർത്തനവും ശ്രദ്ധേയമാണ്. ഇദ്ദേഹത്തിന്റെ മറ്റൊരു കവിതാസമാഹാരമാണ് 'സൗന്ദര്യത്തിന്റെ പടയാളികൾ'.

'കാറ്റേ നീ വീശരുതിപ്പോൾ
കാറേ നീ പെയ്യരുതിപ്പോൾ
ആരോമൽ തോണിയിലെന്റെ
ജീവന്റെ ജീവനിരിപ്പൂ...'

ഈ മധുരമനോഹരപ്രണയഗാനം ഇന്നും നമ്മുടെ ചുണ്ടുകളിൽ തത്തിക്കളിക്കുന്നില്ലേ...

കൃതികൾ

സമാഗമം, മഞ്ഞുതുള്ളികൾ, സൗന്ദര്യത്തിന്റെ പടയാളികൾ, പ്രേമം മധുരമാണ് ധീരവുമാണ്, രാത്രിറാണി, അന്തിമയങ്ങുമ്പോൾ (ഗാനസമാഹാരം), താഷ്കെന്റ്, തിരുനെല്ലൂർ കരുണാകരന്റെ കവിതകൾ, ഗ്രീഷ്മസന്ധ്യകൾ, വയലാർ, മലയാള ഭാഷാപരിണാമം സിദ്ധാന്തങ്ങളും വസ്തുതകളും, ഒരു മഹായുദ്ധത്തിന്റെ പര്യവസാനം, പുതുമഴ (കുട്ടിക്കവിതകൾ), അനുസ്മരണങ്ങൾ (ലേഖനങ്ങൾ)

വിവർത്തനങ്ങൾ

മേഘസന്ദേശം, അഭിജ്ഞാനശാകുന്തളം, ജിപ്സികൾ, ഒമർ ഖയ്യാമിന്റെ ഗാഥകൾ, പ്രാചീന ഭാരതത്തിലെ ഭൗതികവാദം.

പുരസ്കാരങ്ങൾ

തിരുനെല്ലൂർ കരുണാകരന്റെ കവിതകൾ എന്ന സമാഹാരത്തിന് 1985ലെ ആശാൻ പുരസ്കാരം. 1988ലെ വയലാർ അവാർഡ്, ഗ്രീഷ്മസന്ധ്യകൾക്ക് മൂലൂർ അവാർഡ്, അബുദാബി ശക്തി അവാർഡ്, കേരള സാഹിത്യ അക്കാദമിയുടെ സമഗ്ര സംഭാവനാ പുരസ്കാരം. ■

ജൂലൈ 5

വൈക്കം മുഹമ്മദ് ബഷീർ ചരമദിനം

ബേപ്പൂർ സുൽത്താൻ എന്ന പേരിൽ പ്രസിദ്ധനായ വൈക്കം മുഹമ്മദ് ബഷീർ 1908 ജനുവരി 19ന് കോട്ടയം വൈക്കം തലയോലപ്പറമ്പിൽ ജനിച്ചു. തടിക്കച്ചവടക്കാരനായിരുന്ന കായി അബ്ദുറഹിമാന്റെയും കുഞ്ഞാച്ചുമ്മയുടെയും മൂത്ത മകൻ. 1924ൽ വൈക്കം ഇംഗ്ലീഷ് സ്കൂളിൽ അഞ്ചാം ഫാറത്തിൽ (ഇന്നത്തെ 9-ാം ക്ലാസ്) പഠിക്കുമ്പോൾ വൈക്കം സത്യഗ്രഹത്തിൽ പങ്കെടുക്കാനെത്തിയ ഗാന്ധിജിയെ കാണുകയും തൊടുകയും ചെയ്തു. ഇത് ജീവിതത്തിലെ അനർഘ നിമിഷങ്ങളിൽ ഒന്നാണെന്ന് ബഷീർ തന്നെ എഴുതിയിട്ടുണ്ട്.

അനുഭവങ്ങളുടെ ജയിൽ ജീവിതം

1930ൽ ഉപ്പ് സത്യാഗ്രഹത്തിൽ പങ്കെടുക്കുവാൻ കൊച്ചുബഷീർ വീടുവിട്ടിറങ്ങി. ഇന്ത്യൻ നാഷണൽ കോൺഗ്രസിൽ ചേർന്ന് കോഴിക്കോട് കടപ്പുറത്തുപോയി ഉപ്പ് കുറുക്കുന്നതിൽ പങ്കാളിയായി. ഇതേത്തുടർന്ന് പൊലീസ് മർദ്ദനത്തിന് ഇരയാകുകയും ജയിൽ വാസം അനുഭവിക്കുകയും ചെയ്തു. മദിരാശി, കോഴിക്കോട്, കോട്ടയം, കൊല്ലം, തിരുവനന്തപുരം എന്നിവിടങ്ങളിലെ ജയിലുകളിൽ ബഷീർ കിടന്നിട്ടുണ്ട്. ജയിൽ മോചിതനായ ശേഷം നാട്ടിലെത്തിയ ബഷീർ, ഭഗത്സിംഗ് മാതൃകയിൽ തീവ്രവാദ സംഘമുണ്ടാക്കി. എറണാകുളം കേന്ദ്രമാക്കി ഉജ്ജീവനം വാരിക

തുടങ്ങി. ഇതിലെഴുതിയ തീപ്പൊരി ലേഖനങ്ങളാണ് ആദ്യകാല കൃതികൾ. 'പ്രഭ' എന്ന തൂലികാനാമത്തിലായിരുന്നു അന്നത്തെ രചനകൾ. ഭീകരപ്രസ്ഥാനം പ്രചരിപ്പിക്കുന്നു എന്ന കുറ്റം ചുമത്തി ബ്രിട്ടീഷ് പൊലീസ് വാരിക കണ്ടുകെട്ടി. ഇതേത്തുടർന്ന് ഒളിവിൽ പോവുകയുമുണ്ടായി.

ബഷീർ ബേപ്പൂർ സുൽത്താൻ ആകുന്നത്

ഏഴ് വർഷം ഇന്ത്യയിലും ആഫ്രിക്ക, അറേബ്യ എന്നീ രാജ്യങ്ങളിലും കറങ്ങി. ഉത്തരേന്ത്യയിൽ ഹിന്ദു സന്ന്യാസിമാരുടേയും സൂഫികളുടെയും കൂടെ ജീവിച്ചു. പാചകക്കാരനായും മാന്ത്രികന്റെ സഹായിയായും ജോലി നോക്കി.

മടങ്ങി വന്നതിനുശേഷം ഫാത്തിമാ ബീവിയെ (ഫാബി) നിക്കാഹ് കഴിച്ച് ബേപ്പൂരിൽ താമസമാക്കി. അതോടെ ബേപ്പൂർ സുൽത്താൻ എന്ന വിളിപ്പേരും ലഭിച്ചു.(ബഷീർ തന്നെയായിരുന്നു സുൽത്താൻ എന്നു സ്വയം വിളിച്ചത്) അനുഭവത്തിന്റെ ആത്മജീവാംശം നിറച്ചവയാണ് ബഷീർ കഥകൾ. മലയാള സാഹിത്യത്തിലെ ഒരു ഇതിഹാസം തന്നെയായിരുന്നു ബഷീർ.

ബഷീർസാഹിത്യവുമായി പരിചയമില്ലാത്തവർക്കുപോലും അദ്ദേഹത്തിന്റെ കഥാപാത്രങ്ങൾ സുപരിചിതങ്ങളാണ്. വായിക്കുന്നവർക്കിടയിലും വായിക്കാത്തവർക്കിടയിലും ബഷീർ സുൽത്താനായി വിലസി. മലയാള സാഹിത്യത്തിലെ ചെറിയ ചെറിയ ചോദ്യങ്ങളിലൂടെ വലിയ ഉത്തരങ്ങൾ കണ്ടെത്താനുള്ള ശ്രമമായിരുന്നു ബഷീറിന് സാഹിത്യജീവിതം. പ്രണയവും ധ്യാനവും സംഗീതവും കഥകളിൽ ഇഴചേർന്നു. ചിലപ്പോൾ മൗനംകൊണ്ട് വലിയ അർത്ഥങ്ങൾ സൃഷ്ടിച്ചു. പ്രണയത്തിന്റെയും വിരഹത്തിന്റെയും മിസ്റ്റിക് ഭാവനയെ സംഗീതം കൊണ്ട് അനുഭവിപ്പിച്ചു.

നമുക്കിടയിൽ ജീവിച്ച കഥാപാത്രങ്ങൾ

മനുഷ്യൻ മാത്രമല്ല പഴുതാരയും ഉറുമ്പും കുളയട്ടയും ഭൂമിയുടെ അവകാശികളാണ് എന്ന് സൗമ്യമായി നമ്മെ പഠിപ്പിക്കുകയായിരുന്നു ബഷീർ. സ്വന്തം കാൽപ്പാദങ്ങളെ തേടിപ്പോകുന്ന, സ്വത്വം തേടിപ്പോകുന്ന അന്വേഷിയായിരുന്നു. മനുഷ്യജീവിതത്തിന്റെ ക്രൂരമായ യാഥാർത്ഥ്യങ്ങളെ തമാശരൂപത്തിൽ അദ്ദേഹം അവതരിപ്പിച്ചു.

നീറുന്ന ഹൃദയത്തോടെ സ്വന്തം വേദന മറക്കാൻ. തടവുകാരും യാചകരും വേശ്യകളും നിഷ്കളങ്ക ഗ്രാമീണരും എഴുത്തുകാരും പടുവിഡ്ഢികളും വേദനിക്കുന്നവരും ഗതികെട്ടവരും പട്ടിണി കിടന്നവരും എല്ലാം നിറഞ്ഞ സങ്കീർണമായ ഒരു സാഹിത്യലോക മായിരുന്നു അത്.

ആനവാരി രാമൻ നായർ, പൊൻകുരിശ് തോമ, കണ്ടമ്പറയൻ, മുഴയൻ നാണു, എട്ടുകാലി മമ്മൂഞ്ഞ്, തൊരപ്പൻ അവറാൻ, ഒറ്റ ക്കണ്ണൻ പോക്കര്, ഡ്രൈവർ പപ്പുണ്ണി, കൊച്ചുത്രേസ്യ, സൈനബ, മണ്ടൻ മുത്തപ്പ തുടങ്ങി ബഷീറിയൻ കഥാപ്രപഞ്ചത്തിലെ ഓരോ കഥാപാത്രങ്ങളും നമുക്കിടയിൽ ജീവിച്ചവരായിരുന്നു. ബഷീറിന്റെ ഓരോ കഥയും 'ജീവിതത്തിൽനിന്ന് ചീന്തിയെടുത്ത ഏടു'കളാ യിരുന്നു.

കൃതികൾ

മതിലുകൾ, ശബ്ദങ്ങൾ, ന്റുപ്പുപ്പാക്കൊരാനേണ്ടാർന്ന്, പാത്തുമ്മ യുടെ ആട്, മുച്ചീട്ടുകളിക്കാരന്റെ മകൾ, അനുരാഗത്തിന്റെ ദിനങ്ങൾ, പ്രേംപാറ്റ, സ്ഥലത്തെ പ്രധാന ദിവ്യൻ, ആനവാരിയും പൊൻ കുരിശും, മരണത്തിന്റെ നിഴലിൽ, ജീവിത നിഴൽപ്പാടുകൾ, താരാ സ്പെഷ്യൽസ്, മാന്ത്രികപ്പൂച്ച, പ്രേമലേഖനം (നോവലുകൾ); വിശ്വവിഖ്യാതമായ മൂക്ക്, വിശപ്പ്, ജന്മദിനം, കഥാബീജം, ആനപ്പൂട, ഒരു ഭഗവത്ഗീതയും കുറേ മുല കളും, ചിരിക്കുന്ന മരപ്പാവ, ഓർമ ക്കുറിപ്പ്, വിഡ്ഢികളുടെ സ്വർഗം, പാവപ്പെട്ടവരുടെ വേശ്യ, ശിങ്കിടി മുങ്കൻ, ഭൂമിയുടെ അവകാശികൾ, സ്വാതന്ത്ര്യ സമരകഥകൾ, നീല വെളിച്ചം (കഥകൾ); കഥാബീജം (നാടകം); ജീവിതം ഒരനുഗ്രഹം, അനർഘനിമിഷം, ധർമരാജ്യം (ലേഖനങ്ങൾ); ഭാർഗവീനിലയം (തിരക്കഥ); സർപ്പയജ്ഞം (ബാല

സാഹിത്യം); യാ ഇലാഹി (പല വക) എന്നിവയാണ് പ്രധാന കൃതികൾ.

ബാല്യകാലസഖി, പാത്തുമ്മയുടെ ആട്, ന്റുപ്പുപ്പാക്കൊരാ നേണ്ടാർന്ന് എന്നീ രചനകൾ ഇന്ത്യയിലെ പ്രധാനഭാഷകളിലെല്ലാം തർജ്ജമ ചെയ്തിട്ടുണ്ട്. ഇവയുടെ ഇംഗ്ലീഷ് പതിപ്പ് സ്കോട്ട്ലാൻഡിലെ എഡിൻബറോ യൂണിവേഴ്സിറ്റി പാഠപുസ്തകമാക്കി. മതിലുകൾ, ശബ്ദങ്ങൾ, പ്രേമലേഖനം എന്നിവയും പൂവൻപഴം ഉൾപ്പെടെ 16 കഥകളുടെ സമാഹാരവും ഓറിയന്റ് ലോംഗ്മാൻ ഇംഗ്ലീഷിൽ പ്രസിദ്ധീകരിച്ചു.

അംഗീകാരങ്ങൾ

കേന്ദ്രസാഹിത്യ അക്കാദമി ഫെലോഷിപ്പ് (1972), കേരള സാഹിത്യ അക്കാദമി ഫെലോഷിപ്പ്, പദ്മശ്രീ(1982), കേന്ദ്ര കേരള സാഹിത്യ അക്കാദമികളിൽ വിശിഷ്ടാംഗത്വം, കോഴിക്കോട് സർവകലാശാലയുടെ ഓണററി ഡോക്ടറേറ്റ് (1987), മികച്ച കഥയ്ക്കുള്ള സംസ്ഥാന സിനിമാ അവാർഡ് (മതിലുകൾ-1989), ലളിതാംബിക അന്തർജനം അവാർഡ് (1992), മുട്ടത്തുവർക്കി അവാർഡ്, വള്ളത്തോൾ അവാർഡ് (1993), സ്വാതന്ത്ര്യ സമര സേനാനികൾക്കുള്ള താമ്രപത്രം എന്നീ ബഹുമതികൾക്ക് അർഹനായി.

1994 ജൂലൈ 5ന് ബേപ്പൂർ സുൽത്താൻ ഇഹലോകവാസം വെടിഞ്ഞു. ■

ജൂലൈ 6

കണ്ടത്തിൽ വറുഗീസ് മാപ്പിള ചരമദിനം

മലയാള മനോരമ സ്ഥാപക പത്രാധിപരായ കണ്ടത്തിൽ വറുഗീസ് മാപ്പിള, ഇന്നത്തെ പത്തനംതിട്ട ജില്ലയിലെ തിരുവല്ലയിൽ (മധ്യ കേരളത്തിലെ) ക്രൈസ്തവകുടുംബ ത്തിൽ 1857ൽ (കൊല്ലവർഷം 1033ൽ) ജനിച്ചു. ആംഗ്ലിക്കൻ സഭ നടത്തിയിരുന്ന തോലശ്ശേരി സ്കൂളിൽ ചേർന്നാണ് ഇംഗ്ലീഷ് പഠനം തുടങ്ങിയത്. പിന്നീട് കോട്ടയത്ത് സി.എം.എസ്സിൽ പഠനം തുടർന്നു. തിരുവന ന്തപുരത്ത് ഇൻറർമീഡിയറ്റിനു പഠിച്ചുവെങ്കിലും പഠനം പൂർത്തി യാക്കിയില്ല. പിന്നീട് വിലവട്ടത്തു രാഘവൻനമ്പ്യാരുടെ കീഴിൽ സംസ്കൃതം പഠിച്ചു.

പത്രാധിപത്യത്തിന്റെ ഹരിശ്രീ

1881 ജനുവരി 1ന് കൊച്ചിയിൽ ദേവ്ജി ഭീമ്ജി എന്ന ഗുജറാത്തു കാരൻ തുടങ്ങിയ 'കേരളമിത്രം' വാരികയുടെ പത്രാധിപർ ആയി. പത്രാധിപത്യത്തിന്റെ ഹരിശ്രീ അതായിരുന്നു. രണ്ടു കൊല്ലം അവിടെ പ്രവർത്തിച്ച ശേഷം സ്വന്തമായൊരു പത്രം തുടങ്ങാൻ കോട്ടയത്തെത്തി. കേരള മിത്രത്തിൽ പ്രവർത്തിക്കുമ്പോഴായിരുന്നു വർഗീസ്, കേരളവർമ വലിയകോയിത്തമ്പുരാനുമായി പരിചയപ്പെടു ന്നത്. രണ്ടുവർഷത്തിനുശേഷം 1884ൽ സ്വദേശത്തു തന്നെ താലൂക്ക് മുതല്പിടി (സർക്കാർ ഖജനാവ് ഉദ്യോഗസ്ഥൻ) ആയി ജോലിയിൽ പ്രവേശിച്ചു. മുതല്പിടി ജോലി രാജിവച്ച് വീണ്ടും കോട്ടയം

സി.എം.എസ്. ഹൈസ്കൂളിൽ അസിസ്റ്റന്റ് മലയാളം മുൻഷിയായി പ്രവർത്തിച്ചു. കവിയൂർ നാരായണൻനമ്പ്യാരുടെ കീഴിൽ സംസ്കൃത പഠനം തുടർന്നു.

വരുന്നൂ, മലയാള മനോരമ

പത്രപ്രസിദ്ധീകരണം തുടങ്ങുവാനായി നൂറു രൂപ വീതം നൂറ് ഓഹരികളായി പതിനായിരം രൂപ അധികൃത മൂലധനമുള്ള ഒരു ഏകീകൃത മൂലധന സ്ഥാപനം (ജോയിന്റ് സ്റ്റോക്ക് കമ്പനി) ഇദ്ദേഹം രൂപീകരിക്കുകയും 1888 മാർച്ച് 14ന് ഈ സ്ഥാപനം മലയാള മനോരമ എന്ന പേരിൽ രജിസ്റ്റർ നടത്തുകയും ചെയ്തു. ബ്രിട്ടീഷ് ഇന്ത്യയിൽ ആദ്യമായാണ് പ്രസിദ്ധീകരണ രംഗത്തേക്ക് ഇത്തരം ഒരു സ്ഥാപനം കടന്നുവരുന്നത്. രാജമുദ്ര തന്നെ ചെറിയ വ്യത്യാസങ്ങളോടെ പത്രത്തിന്റെ ആദർശമുദ്രയായി ഉപയോഗിക്കുവാൻ അന്നത്തെ തിരുവിതാംകൂർ ഭരണാധികാരിയായിരുന്ന ശ്രീമൂലം തിരുനാൾ മഹാരാജാവ് അനുവാദം നൽകിയിരുന്നു. അവിടെ സദാചാര സഹോദരസംഘം സ്ഥാപിച്ചു.

1889ൽ മലയാളമനോരമ കമ്പനി സ്ഥാപിച്ചു. 1890 മാർച്ച് 22ന് (1065 മീനം 10) മലയാള മനോരമ പത്രം തുടങ്ങി, അതിന്റെ പത്രാധിപരായി. ആദ്യം ശനിയാഴ്ചകളിൽ മാത്രമായിരുന്നത് പിന്നീട് ശനിയും ബുധനും പ്രസിദ്ധപ്പെടുത്തി. അതിനുശേഷം ഒന്നിടവിട്ട ദിവസങ്ങളിൽ. അവസാനം ഞായർ ഒഴികെ എല്ലാ ദിവസവും. പത്രത്തിൽ കവിതകൾക്ക് കൂടുതൽ പ്രാധാന്യം നൽകി. കൊട്ടാരത്തിൽ ശങ്കുണ്ണിയുടെ സഹകരണവും ഇതിനു ലഭിച്ചു.

ദീർഘവീക്ഷണമായിരുന്നു വറുഗീസ് മാപ്പിളയുടെ തുറുപ്പുശീട്ട്. 'ഐക്യകേരളം' എന്ന സങ്കല്പത്തിന്റെ പ്രചാരകരിൽ വർഗീസ് മാപ്പിളയുമുണ്ടായിരുന്നു. കോട്ടയത്തെ എം.ഡി. സെമിനാരി സ്ക്കൂളിന്റെയും തിരുമൂലപുരം ബാലികാമഠത്തിന്റെയും പിന്നിൽ വറുഗീസ് മാപ്പിളയുടെ പ്രയത്നമുണ്ട്. കേരളവർമ്മയും ശ്രീമൂലം തിരുനാളും വറുഗീസ്മാപ്പിളയ്ക്ക് സമ്മാനങ്ങളും നല്കിയിട്ടുണ്ട്.

ചന്ദ്രക്കല വികസിപ്പിച്ചു

മലയാള അച്ചടിയെയും ലിപി വിന്യാസത്തെയും മാറ്റി മറിച്ച ചന്ദ്രക്കല ആദ്യം പ്രയോഗിച്ചത് വറുഗീസ് മാപ്പിളയായിരുന്നു. അതിനു മുമ്പ് മലയാള ലിപിയിൽ അങ്ങനെയൊരു ചിഹ്നമില്ലായിരുന്നു. 'പാട്ട്'

എന്നതിനു 'പാട്ട' എന്നാണെഴുതിയിരുന്നത്. 1887 ഓഗസ്റ്റിൽ ദീപിക പത്രത്തിൽ എഴുതിയ 'മുദ്രാക്ഷരങ്ങൾ' എന്ന ലേഖനത്തിൽ ചന്ദ്രക്കല ഉപയോഗിക്കുന്നതിനെപ്പറ്റി അദ്ദേഹം വിശദമായി പ്രതിപാദിക്കുന്നുണ്ട്. കൂട്ടക്ഷരങ്ങൾ പിരിച്ചെഴുതാൻ ചന്ദ്രക്കല ഉപയോഗിക്കാം എന്ന അദ്ദേഹത്തിന്റെ നിർദ്ദേശം അന്നു സ്വീകരിക്കപ്പെട്ടില്ല. 'ര്' എന്ന തിന് അക്ഷരങ്ങൾക്കു മുകളിൽ കുത്തി ടുന്ന സമ്പ്രദായം ഒഴിവാക്കി, 'ര്' സ്വതന്ത്രമായി എഴുതിയും അക്ഷരങ്ങൾ ചന്ദ്രക്കല ചേർത്ത് പിരിച്ചെഴുതിയും വറുഗീസ് മാപ്പിള അച്ചുകളുടെ എണ്ണം കുറച്ചു.

കൃതികൾ

ദർപ്പവിച്ഛേദം (യദുകുല രാഘവം) എന്ന ആട്ടക്കഥ, കലഹിനീദമനകം, കീർത്തനമാല, യോഷാഭൂഷണം, വിസ്മയ ജനനം പത്തുവൃത്തം, ഇഷ്ടസഹോദരീ വിലാപം, ഭാഷാഭൂഷണം, യോഷാഭൂഷണം. എബ്രായക്കുട്ടി, ഷേക്സ്പിയറുടെ ടെയ്മിംഗ് ഓഫ് ദ ഷ്റൂ (വിവർത്തനം)

സച്ചരിത്രശതകം, വിസ്മയ ജനനം പത്തുവൃത്തം. നാടകങ്ങളെ ക്കുറിച്ച് ഒരു പ്രസംഗം, തുലാപുരുഷദാനത്തിന്റെ ചടങ്ങുകൾ വിവരിക്കുന്ന ഒരു ലേഖനം, തീരെ ചെറിയ കുഞ്ഞുങ്ങൾക്കു വേണ്ടി *ഒന്നാം പാഠം,* സഹോദരിയുടെ മരണത്തിൽ ദുഃഖിച്ച് എഴുതിയ *ഇഷ്ടസഹോദരീ വിലാപം.*

തൊട്ടവയെല്ലാം പൊൻതിളക്കമാക്കിയ വറുഗീസ് മാപ്പിള 1904ൽ രോഗബാധിതനായി. ജൂലൈ 6ന് (കൊല്ലവർഷം 1079 മിഥുനം 23) അന്തരിച്ചു.

■

ജൂലൈ 9

കോവിലൻ ജന്മദിനം

പട്ടാളക്കഥകളിലൂടെ മലയാള സാഹിത്യലോകത്ത് 'തട്ടകം' തീർത്ത കണ്ടാണശ്ശേരി വട്ടം പറമ്പിൽ വേലപ്പൻ അയ്യപ്പൻ എന്ന വി.വി അയ്യപ്പൻ (കോവിലൻ തൂലികാനാമം) 1923 ജൂലൈ 9 ന് തൃശ്ശൂർ ജില്ലയിലെ കണ്ടാണശ്ശേരിയിൽ ജനിച്ചു. കണ്ടാണശ്ശേരി എക്സൽസിയർ സ്കൂളിലും നെന്മേനി പയ്യാർ എലിമെന്ററി സ്കൂളിലും പാവറട്ടി സാഹിത്യ ദീപിക സംസ്കൃത കോളേജിലുമുള്ള വിദ്യാഭ്യാസത്തിനുശേഷം സൈന്യത്തിൽ ചേർന്നു. 1943 മുതൽ 1946 വരെ റോയൽ ഇന്ത്യൻ നേവിയിലും 1948 മുതൽ 1968 വരെ കോർ ഓഫ് സിഗ്നൽസിയിലും പ്രവർത്തിച്ചു. ഈ കാലത്തു തന്നെ ഇലക്ട്രോണിക്സിൽ പ്രാവീണ്യം നേടി. 1969 ൽ വിരമിച്ചു.

സമ്പന്നവും സത്യസന്ധവുമായ ആ പൊതുജീവിതത്തിലെ തിളങ്ങുന്ന ഘടകം ഭാഷാസേവനം ആയിരുന്നു. പത്തൊമ്പതാം വയസ്സിൽ എഴുതിയ 'തകർന്ന ഹൃദയങ്ങൾ' ആണ് ആദ്യപ്രസിദ്ധീകരണ കൃതി. പട്ടാളക്കാരനായിരുന്നതിനാൽ കൃതികളിൽ മിക്കവാറും പട്ടാള ജീവിതമാണ് വിഷയം.

കൃതികൾ

തോറ്റങ്ങൾ, ഹിമാലയം, ഏഴാമെടങ്ങൾ, എ.മൈനസ് ബി, ഭരതൻ, ബോർഡൗട്ട്, തേർവാഴ്ചകൾ, ജന്മാന്തരങ്ങൾ, തട്ടകം തുടങ്ങിയവയാണ് പ്രധാന കൃതികൾ. (നോവലുകൾ) ശകുനം, തിരഞ്ഞെടുത്ത കഥകൾ തുടങ്ങിയ ഏതാനും കവിതാസമാഹാര ങ്ങളും പ്രസിദ്ധീകരിച്ചു.

പുരസ്കാരങ്ങൾ

'തട്ടകം' എന്ന നോവലിന് കേന്ദ്രസാഹിത്യ അക്കാദമി അവാർഡ്, തോറ്റങ്ങൾ, ശകുനം എന്നിവയ്ക്ക് കേരള സാഹിത്യ അക്കാദമി പുരസ്കാരം, 1995-ലെ മുട്ടത്തുവർക്കി പുരസ്കാരം, ഖത്ത റിലുള്ള പ്രവാസി സംഘടനയുടെ പ്രഥമ ബഷീർ പുരസ്കാരം, എഴുത്തച്ഛൻ ബഹുമതി.

2010 ജൂൺ 2ന് അന്തരിച്ചു.

■

ജൂലൈ 10

ഉറൂബ് ചരമദിനം

പൊന്നാനിയിലും പരിസരങ്ങളിലുമായി ജീവിച്ചിരുന്ന സാധാരണക്കാരായ മനുഷ്യരുടെ കഥ സരസമായി പറഞ്ഞു ഫലിപ്പിച്ച കഥാകാരനായിരുന്നു ഉറൂബ് എന്ന തൂലികാനാമത്തിൽ മലയാള സാഹിത്യലോകത്ത് നിറഞ്ഞു നിന്നിരുന്ന പി.സി കുട്ടിക്കൃഷ്ണൻ. കേരള സാഹിത്യഅക്കാദമിയുടെ പ്രസിഡന്റുപദത്തിലിരിക്കേ 1979 ജൂലൈ 10-ന് അന്തരിച്ച ഉറൂബ് കഥകളും കവിതകളും നോവലുകളും രചിച്ചിട്ടുണ്ടെങ്കിലും നോവലിസ്റ്റ് എന്ന നിലയിലാണ് കൂടുതൽ അറിയപ്പെട്ടത്. കേരളീയ പാരമ്പര്യത്തെയും സംസ്കാരത്തേയും അതിന്റെ സമഗ്ര സത്താവിശേഷത്തോടുകൂടി എഴുതി ഫലിപ്പിച്ച സാഹിത്യകാരനായിരുന്നു ഉറൂബ്.

സാഹിത്യജീവിതം

മലയാള സാഹിത്യ രംഗത്ത് ബഷീർ, ദേവ്, വർക്കി, പൊറ്റക്കാട്ട്, എന്നിവർക്കൊപ്പം നിൽക്കുന്ന പരുത്തൊള്ളി ചാലപ്പുറത്തു കുട്ടിക്കൃഷ്ണൻ എന്ന പി.സി. കുട്ടികൃഷ്ണൻ മലപ്പുറം ജില്ലയിലെ പൊന്നാനിക്കടുത്തുള്ള പള്ളിപ്രം ഗ്രാമത്തിൽ 1915 ജൂൺ 8നാണ് ജനിച്ചത്. പൊന്നാനി എ.വി. ഹൈസ്കൂളിൽ നിന്നു പ്രാഥമിക വിദ്യാഭ്യാസം നേടിയ അദ്ദേഹം ചെറുപ്പത്തിൽത്തന്നെ കാല്പനിക കവിയായ ഇടശ്ശേരി ഗോവിന്ദൻ നായരുമായി സൗഹൃദത്തിലായി. ആനക്കാരനാകാനും പോസ്റ്റ്മാനാകാനും ഗേറ്റ് കീപ്പറാകാനുമൊക്കെ

ബാല്യകാലത്ത് ആഗ്രഹിച്ച കുട്ടിക്കൃഷ്ണൻ പത്താം ക്ലാസ്സിൽ പഠിക്കുമ്പോഴാണ് കവിതയെഴുതാനാരംഭിച്ചത്. ആദ്യമെഴുതിയ കവിതയും കഥയും മാതൃഭൂമി ആഴ്ചപ്പതിപ്പിൽ പ്രസിദ്ധീകരിച്ച തോടെ പൊന്നാനിയിലെ സാഹിത്യമണ്ഡലത്തിൽ കവിയായി പേരെടുത്തു.

വൈക്കം മുഹമ്മദ് ബഷീറിനെപ്പോലെ അലഞ്ഞുതിരിഞ്ഞ്

1934ൽ നാടുവിട്ട അദ്ദേഹം ആറുവർഷത്തോളം ഇന്ത്യയുടെ പലഭാഗങ്ങളിലായി പല ജോലികളും ചെയ്തു. ഈ കാലയളവിൽ തമിഴ്, കന്നഡ എന്നീ ഭാഷകൾ പഠിച്ചു. പിന്നീട് നീലഗിരിയിലെ ഒരു തേയിലത്തോട്ടത്തിലും കോഴിക്കോട്ടെ ഒരു ബനിയൻ കമ്പനിയിലും രണ്ടുവർഷം ക്ലാർക്കായി ജോലി നോക്കി.

കോഴിക്കോട് കെ.ആർ. ബ്രദേഴ്സ് പ്രസിദ്ധീകരണശാല, മംഗളോദയം മാസിക, കോഴിക്കോട് ആകാശവാണി എന്നിവ യായിരുന്നു പിൽക്കാലത്ത് ജോലി ചെയ്ത സ്ഥലങ്ങൾ. 1975ൽ ആകാശവാണിയിൽ നിന്ന് പ്രൊഡ്യൂസറായി വിരമിച്ച അദ്ദേഹം കുങ്കുമം, മലയാള മനോരമ എന്നിവയുടെ പത്രാധിപർ, കേരള സാഹിത്യ അക്കാദമി അധ്യക്ഷൻ എന്നീ സ്ഥാനങ്ങൾ വഹിച്ചു. 1976ലാണ് മനോരമയുടെ പത്രാധിപത്യം ഏറ്റെടുത്തത്. ആ സ്ഥാന ത്തിരിക്കേ അദ്ദേഹം 1979 ജൂലൈ 10ന് കോട്ടയത്തു വച്ച് അന്തരിച്ചു.

അറബിവാക്കിൽ നിന്ന് തൂലികാനാമം

യൗവ്വനം നശിക്കാത്തവൻ എന്നർത്ഥമുള്ള അറബിവാക്കായ ഉറൂബ് എന്ന തൂലികാനാമത്തിലാണ് അദ്ദേഹം പ്രശസ്തനായത്. 1952ൽ ആകാശവാണിയിൽ ജോലി നോക്കവേ സഹപ്രവർ ത്തകനും സംഗീത സംവിധായകനുമായ കെ. രാഘവനെക്കുറിച്ച് ഒരു ലേഖനം മാതൃഭൂമിയിൽ പ്രസിദ്ധീകരിക്കുമ്പോഴാണ് ഉറൂബ് എന്ന പേര് ആദ്യമായി ഉപയോഗിച്ചത്. സ്വന്തം പേരിൽ എഴുതാൻ ഉദ്യോഗസ്ഥർ മുൻകൂർ അനുവാദം നേടണം എന്ന സർക്കാർ ഉത്തരവാണ് ഒരു തൂലികാനാമം സ്വീകരിക്കാൻ അദ്ദേഹത്തിനു പ്രേരണയായത്. അതിനു മുമ്പിറങ്ങിയ ഗ്രന്ഥങ്ങളിലെല്ലാം പി.സി. കുട്ടിക്കൃഷ്ണൻ എന്ന യഥാർത്ഥ പേരു തന്നെയാണ് ഉപയോഗി ച്ചിട്ടുള്ളത്.

പ്രഥമ കൃതിയും മറ്റും

'നീർച്ചാലുകൾ' എന്ന കഥാസമാഹാരമാണ് ഉറൂബിന്റെ ആദ്യ കൃതി. പിന്നീട് 25ലേറെ കഥാസമാഹാരങ്ങൾ രചിച്ചു. ഉമ്മാച്ചു (1954), സുന്ദരികളും സുന്ദരന്മാരും (1958) എന്നീ രണ്ടു നോവലുകളാണ് അദ്ദേഹത്തിന്റെ ശ്രേഷ്ഠകൃതികളായി കരുതപ്പെടുന്നത്. മലയാള മനോരമ ആഴ്ചപ്പതിപ്പിലെ മുഖപ്രസംഗങ്ങൾ ക്രോഡീകരിച്ചാണ് 'ഉറൂബിന്റെ ശനിയാഴ്ചകൾ' എന്ന ഉപന്യാസ സമാഹാരം പ്രസിദ്ധപ്പെടുത്തിയത്. 'റിസർവ് ചെയ്യാത്ത ബെർത്ത്' എന്ന കഥാസമാഹാരമായിരുന്നു അവസാനകൃതി.

രചനകളുടെ സവിശേഷത

1920കളിലെ ഖിലാഫത്ത് പ്രസ്ഥാനം, മലബാർ കലാപം, ദേശീയ സ്വാതന്ത്ര്യസമരം, കമ്യൂണിസ്റ്റ് മുന്നേറ്റം, രണ്ടാം ലോകമഹായുദ്ധം തുടങ്ങിയവയുടെ പശ്ചാത്തലത്തിൽ രാഷ്ട്രീയ സാമൂഹിക കുടുംബബന്ധങ്ങളിൽ സംഭവിച്ച മാറ്റങ്ങൾ മലബാറിനെ കേന്ദ്രമാക്കി അനേകം വ്യക്തിജീവിതങ്ങളിലൂടെ അവതരിപ്പിച്ച നോവലാണ് *സുന്ദരികളും സുന്ദരന്മാരും*. സ്വാതന്ത്ര്യസമരത്തിന്റെ പശ്ചാത്തലത്തിൽ സ്വാതന്ത്ര്യത്തിനു മുൻപും ശേഷമുള്ള കേരളീയ സമൂഹത്തിന്റെ ചരിത്രമാണ് ഈ നോവലിൽ. വിശ്വനാഥൻ, കുഞ്ഞിരാമൻ, രാധ, ഗോപാലകൃഷ്ണൻ, സുലൈമാൻ, രാമൻ മാസ്റ്റർ, വേലുമ്മാൻ, ശാന്ത, കാർത്തികേയൻ, ഹസ്സൻ തുടങ്ങിയവർ ഇതിലെ പ്രധാന കഥാപാത്രങ്ങളാണ്. അനന്തമായ മനുഷ്യജീവിത വൈചിത്ര്യമായിരുന്നു അദ്ദേഹം പ്രധാനമായും കൃതികളിൽ പ്രമേയമാക്കിയത്. മലയാളചലച്ചിത്രരംഗത്ത് വിപ്ലവകരമായ മാറ്റങ്ങൾ കൊണ്ടുവന്ന *നീലക്കുയിൽ* (1954) എന്ന ചലച്ചിത്രത്തിന്റെ രചന നിർവ്വഹിച്ചത് ഉറൂബാണ്.

കൃതികൾ

കവിതകൾ- നിഴലാട്ടം, മാമൂലിന്റെ മാറ്റൊലി, പിറന്നാൾ.

ബാലസാഹിത്യം - മല്ലനും മരണവും, അപ്പുവിന്റെ ലോകം, അങ്കവീരൻ, ഉറൂബിന്റെ കുട്ടിക്കഥകൾ.

കഥകൾ - നീർച്ചാലുകൾ, തേന്മുള്ളുകൾ, താമരത്തൊപ്പി മുഖംമൂടികൾ, തുറന്നിട്ട ജാലകം, നിലാവിന്റെ രഹസ്യം, തിരഞ്ഞെടുത്ത

കഥകൾ, രാച്ചിയമ്മ, ഗോപാലൻ നായരുടെ താടി, വെളുത്ത കുട്ടി, മഞ്ഞിൻമറയിലെ സൂര്യൻ, നവോന്മേഷം, കതിർക്കറ്റ, നീലമല, ഉള്ളവരും ഇല്ലാത്തവരും, ലാത്തിയും പൂക്കളും, വസന്തയുടെ അമ്മ, മൗലവിയും ചങ്ങാതിമാരും, കൂമ്പെടുക്കുന്ന മണ്ണ്, നീലവെളിച്ചം, മൂവായിരത്തി മുന്നൂറ്റി മുപ്പത്തിനാലിന്റെ ചരിത്രം, റിസർവ് ചെയ്യാത്ത ബർത്ത്.

നാടകങ്ങൾ - തീ കൊണ്ടു കളിക്കരുത്, മണ്ണും പെണ്ണും, മിസ് ചിന്നുവും ലേഡി ജാനുവും.

നോവൽ - ആമിന, കുഞ്ഞമ്മയും കൂട്ടുകാരും, ഉമ്മാച്ചു, മിണ്ടാപ്പെണ്ണ്, സുന്ദരികളും സുന്ദരന്മാരും, ചുഴിക്കു പിൻപേ ചുഴി, അണിയറ, അമ്മിണി, കരുവേലക്കുന്ന്, ഇടനാഴികൾ (പൂർത്തിയായില്ല)

ലേഖനം - കവിസമ്മേളനം, ഉറൂബിന്റെ ലേഖനങ്ങൾ.

മുഖപ്രസംഗം - ഉറൂബിന്റെ ശനിയാഴ്ചകൾ.

തിരക്കഥകൾ - നീലക്കുയിൽ, രാരിച്ചൻ എന്ന പൗരൻ, നായര് പിടിച്ച പുലിവാല്, മിണ്ടാപ്പെണ്ണ്, കുരുക്ഷേത്രം, ഉമ്മാച്ചു, അണിയറ, ത്രിസന്ധ്യ.

പുരസ്കാരങ്ങൾ - മദ്രാസ് സർക്കാർ പുരസ്കാരം (1948) *കതിർക്കറ്റ*, മദ്രാസ് സർക്കാർ പുരസ്കാരം (1949) *തുറന്നിട്ട ജാലകം*, മദ്രാസ് സർക്കാർ പുരസ്കാരം (1951) *കൂമ്പെടുക്കുന്ന മണ്ണ്*, കേരള സാഹിത്യ അക്കാദമി പുരസ്കാരം (1958) *ഉമ്മാച്ചു*, കേന്ദ്ര സാഹിത്യ അക്കാദമി പുരസ്കാരം (1960) *സുന്ദരികളും സുന്ദരന്മാരും*, എം.പി. പോൾ പുരസ്കാരം (1960) *ഗോപാലൻ നായരുടെ താടി*, മികച്ച കഥയ്ക്കുള്ള കേരള സംസ്ഥാന ചലച്ചിത്രപുരസ്കാരം (1971) *ഉമ്മാച്ചു*, ആശാൻ ശതവാർഷിക പുരസ്കാരം (1973) സുന്ദരികളും സുന്ദരന്മാരും, കേന്ദ്ര കലാസമിതി അവാർഡ് *തീ കൊണ്ടു കളിക്കരുത്*.

■

ജൂലൈ 12

എം.പി. പോൾ ചരമദിനം

ക്രൈസ്തവ സഭാ നേതൃത്വത്തിന്റെ യാഥാസ്ഥിതിക നിലപാടുകൾക്കെതിരെ ശക്തമായ വിമർശനം നടത്തി ജീവിത കാലം മുഴുവൻ സഭയുടെ എതിർപ്പു നേരിടേണ്ടിവന്ന എം.പി പോൾ എന്ന മേനാച്ചേരി പുത്തൻപള്ളിയിൽ പോൾ 1904 മെയ് 1ന് എറണാകുളം ജില്ലയിലെ പുത്തൻ പള്ളിയിൽ ജനിച്ചു. സാഹിത്യ കാരന്മാരുടെ കൂട്ടായ്മയായ പ്രസാധനാ ലയം, സാഹിത്യപ്രവർത്തക സഹകര ണസംഘത്തിന്റെ സ്ഥാപകപ്രസിഡന്റു പദം അലങ്കരിച്ച, മലയാള ഗദ്യകാരനും വിമർശകനും അധ്യാപക നുമായ പോൾ എറണാകുളത്തും തൃശ്ശൂരും പഠനത്തിനു ശേഷം തൃശ്ശിനാപള്ളി സെന്റ് ജോസഫ്സ് കോളേജിൽ ചരിത്രം പ്രധാന വിഷയമായെടുത്ത് 1924 ബിരുദം നേടി. 1926 മുതൽ 2 വർഷം ഇതേ കോളേജിൽ അധ്യാപകനായി. 1929ൽ ഇംഗ്ളീഷിൽ എം.എ ബിരു ദമെടുത്തു. ഇവിടെ നിന്നും പിരിഞ്ഞതിനു ശേഷം പോൾസ് ട്യൂട്ടോ റിയൽ ആരംഭിച്ചു. 1933ൽ നിയമപഠനത്തിനായി മദിരാശിയിൽ 1934ൽ ചങ്ങനാശ്ശേരി സെന്റ് ബർക്ക്മാൻസ് കോളേജിൽ ചേർന്നെങ്കിലും അഭിപ്രായഭിന്നത ഉണ്ടായിരുന്നതിനാൽ പിരിഞ്ഞു. അവിടെ ഒരു ട്യൂട്ടോറിയൽ കോളേജ് സ്ഥാപിച്ചു 'എം.പി. പോൾസ് ട്യൂട്ടോറിയൽ കോളജ്' എന്ന പേരിൽ, കേരളത്തിൽ ഏറ്റവും ശ്രദ്ധ നേടിയ സമാന്തര വിദ്യാഭ്യാസ സംരംഭമായിരുന്നു അത്. 1947 വരെ ട്യൂട്ടോ റിയൽ കോളേജുമായി കഴിഞ്ഞ പോൾ തിരുവനന്തപുരത്തെ മാർ

ഇവാനിയോസിൽ പ്രൊഫസറായി നിയമിക്കപ്പെട്ടതോടെ (1950-52) കുടുംബസമേതം താമസം തലസ്ഥാനത്തേക്കു മാറ്റി.

സമാന്തര വിദ്യാഭ്യാസ സംരംഭം ആരംഭിക്കുന്നു

മലയാളത്തിലെ ശ്രദ്ധേയനായ സാഹിത്യ വിമർശകനായിരുന്ന എം.പി. പോൾ പുരോഗമന സാഹിത്യ പ്രസ്ഥാനത്തിനു തുടക്കം കുറിക്കുന്നതിൽ മഹത്തായ പങ്കുവഹിച്ചു. എഴുത്തുകാർക്ക് അർഹ മായ പ്രതിഫലം ലഭിക്കാതിരുന്ന കാലത്ത് സാഹിത്യകാരന്മാർ ക്കായി സാഹിത്യ പ്രവർത്തക സഹകരണ സംഘം രൂപീകരിക്കു ന്നതിനു മുൻകയ്യെടുത്തു. സംഘത്തിന്റെ ആദ്യ പ്രസിഡന്റു മായിരുന്നു പോൾ. തിരുച്ചിറപ്പള്ളി കോളേജിലാണ് ആദ്യം ജോലി ചെയ്തത്. അന്ന് ഐ.സി.എസ്. പരീക്ഷയിൽ ഒൻപതാമത്തെ റാങ്ക് കിട്ടിയിരുന്നു. എന്നാൽ ആദ്യത്തെ ആറു പേർക്കു മാത്രമേ ജോലി ലഭിച്ചിരുന്നുള്ളൂ. അതിനാൽ അദ്ദേഹം തൃശ്ശൂരിലെത്തി. സെന്റ് തോമസ് കോളജ് തൃശ്ശൂർ, എസ്.ബി. കോളജ് ചങ്ങനാശ്ശേരി എന്നി വിടങ്ങളിൽ ഇംഗ്ലീഷ് ഭാഷാധ്യാപകനായും സേവനമനുഷ്ഠിച്ചു.

ട്യൂട്ടോറിയൽ കാലത്തു തന്നെ തൃശ്ശൂരിൽ നിന്നും പ്രസിദ്ധീകരി ച്ചിരുന്ന 'നവകേരളം' വാരികയുടെയും ഇരിങ്ങാലക്കുടയിൽ നിന്ന് പുറത്തു വന്നിരുന്ന 'ചെറുപുഷ്പം' മാസികയുടെയും പത്രാധിപരാ യിരുന്നു.

പ്രൗഢവും സരസവുമായ ഗദ്യശൈലിയുടെ ഉടമ

കേരളപുരോഗമന സാഹിത്യ സംഘടനയുടെ അധ്യക്ഷനായി കുറച്ചുകാലം പോൾ പ്രവർത്തിച്ചിരുന്നു. അഭിപ്രായ വ്യത്യാസങ്ങളെ ത്തുടർന്ന് പിന്നീട് സംഘടനയിൽ നിന്നും അകലം പാലിച്ചു. കേരള സാഹിത്യപ്രവർത്തക സഹകരണ സംഘത്തിന്റെ സ്ഥാപക അദ്ധ്യക്ഷന്മാരിൽ ഒരാളാണ്. സംഘം പിന്നീട് നാഷണൽ ബുക്സ് സ്റ്റാളുമായി ചേർന്ന ശേഷം വിജയകരമായ സ്ഥാപനമായി മാറുക യായിരുന്നു. മലയാള സാഹിത്യ വിമർശനത്തിന് ആധുനിക പരിപ്രേക്ഷ്യം നൽകിയത് പോളായിരുന്നു. വിശ്വസാഹിത്യത്തിൽ അഗാധമായ അറിവുണ്ടായിരുന്ന അദ്ദേഹം പാശ്ചാത്യ സാഹിത്യ വിമർശന ശൈലികൾ മലയാളത്തിലേക്കും പറിച്ചുനട്ടു. പ്രൗഢവും സരസവുമായ ഗദ്യശൈലിക്ക് ഉടമയായിരുന്നു പോൾ.

പള്ളിവക ശ്മശാനത്തിനു പകരം തെമ്മാടിക്കുഴിയിൽ അന്ത്യവിശ്രമം

പള്ളിയേയും പട്ടക്കാരേയും വിമർശിച്ച ഒരു സംഭവത്തോടെ പോൾ കോളേജിൽ നോട്ടപ്പുള്ളിയും വേണ്ടാത്തവനുമായി മാറി. അസമയത്ത് കൂടിക്കാഴ്ചയ്ക്ക് വിളിച്ച പ്രിൻസിപ്പാളിനോട് സാധ്യമല്ല എന്ന് തീർത്തു പറയുകയുണ്ടായി. അതിനു ശേഷം അദ്ദേഹത്തെ കോളേജിൽ നിന്ന് പുറത്താക്കി. കള്ളപ്രചരണങ്ങൾ അഴിച്ചു വിട്ട് പോളിനെതിരെ സാമുദായിക ഭ്രഷ്ട് വരെ ആവശ്യപ്പെട്ടു. ഇതിനായി പള്ളിയും ധ്യാനകേന്ദ്രങ്ങളും നിർലോഭം ഉപയോഗിച്ചു. ഈ വിരോധം അദ്ദേഹത്തിന്റെ മരണശേഷവും തുടർന്നു. 1952ൽ അദ്ദേഹം അന്തരിച്ചപ്പോൾ പള്ളിവക ശ്മശാനത്തിൽ മൃതദേഹം സംസ്കരിക്കാൻ സഭാനേതൃത്വം വിസമ്മതിച്ചു. സഭാവിരോധികൾക്കും പാഷണ്ഡികൾക്കും (മതത്തിൽ വിശ്വാസമില്ലാത്തവർ) നീക്കിവച്ചിരിക്കുന്ന തെമ്മാടിക്കുഴിയിൽ പോളിനെ സംസ്കരിക്കുകയായിരുന്നു.

ഗദ്യശൈലിയിലെ സവിശേഷത

പ്രൗഢവും പ്രസന്നവുമായ ഒരു മലയാള ഗദ്യശൈലി കൈരളിക്കു സമ്മാനിച്ച ഇദ്ദേഹം, മലയാളനിരൂപണ സാഹിത്യത്തിൽ ആധുനിക മാനദണ്ഡങ്ങളും വീക്ഷണങ്ങളും പ്രയോഗിച്ചുള്ള ഒരു വിമർശന സരണി സ്വീകരിക്കുകയുണ്ടായി. 1952 ജൂലൈ 12ന് തിരുവനന്തപുരത്ത് അന്തരിച്ച ഇദ്ദേഹത്തിന്റെ ശവസംസ്കാര ചടങ്ങിൽ ക്രിസ്തീയ വൈദികർ ആരും തന്നെ പങ്കെടുത്തിരുന്നില്ല. വൈക്കം മുഹമ്മദ് ബഷീറിന്റെ സഹപ്രവർത്തകനായിരുന്ന പോളിനെക്കുറിച്ചുള്ള ബഷീറിന്റെ ഓർമ്മ പുസ്തകമാണ് 'എം.പി പോൾ'.

കൃതികൾ

നോവൽ സാഹിത്യം, ചെറുകഥാ പ്രസ്ഥാനം. ഗദ്യഗതി, സാഹിത്യവിചാരം, സൗന്ദര്യനിരീക്ഷണം, കാവ്യദർശനം, ലുബ്ധൻ (നാടകം) തുടങ്ങിയ കൃതികളും പോളിന്റേതായി മലയാളത്തിലിറങ്ങിയിട്ടുണ്ട്.

■

ജൂലൈ 14

എൻ.എൻ. കക്കാട് ജന്മദിനം

മലയാളത്തിലെ ആധുനിക പുരോഗമന ചിന്താഗതിയിലേക്ക് കവിതയുടെ നീർത്തുള്ളികളെ ചാലിട്ടൊഴുക്കിയ കവിയായിരുന്നു എൻ.എൻ കക്കാട് എന്ന നാരായണൻ നമ്പൂതിരി. കോഴിക്കോട് ജില്ലയിലെ കൊയിലാണ്ടിക്കടുത്ത് അവിടനല്ലൂരിൽ കക്കാട് മനയിലാണ് 1927 ജൂലൈ14ന് അദ്ദേഹം ജനിച്ചത്. സംസ്കൃത പണ്ഡിതനായിരുന്ന പിതാവിൽ നിന്ന് ആദ്യപാഠങ്ങൾ സ്വായത്തമാക്കി, പാരമ്പര്യ രീതിയിലുള്ള സംസ്കൃത പഠനവും തന്ത്രവും മറ്റും കുടുംബത്തിൽ നിന്ന് പഠിച്ച ശേഷമാണ് കോഴിക്കോട് സാമൂതിരി ഹൈസ്കൂളിലും തൃശ്ശൂർ കേരളവർമ കോളജിലുമായി വിദ്യാഭ്യാസം പൂർത്തിയാക്കിയത്. ബാച്ച്ലർ ഓഫ് ഓറിയന്റൽ ലാംഗ്വേജ് എന്ന ബിരുദം കേരളവർമ കോളേജിൽ നിന്നും നേടി.

മനുഷ്യസ്നേഹവും ജീവിത ദുഃഖങ്ങളും കവിതയുടെ മുഖമുദ്രയാക്കി നിലകൊണ്ട അദ്ദേഹത്തിൽ ബാല്യത്തിൽ തന്നെ കവിതയുടെ വെളിച്ചമുണ്ടായിരുന്നു. വീട്ടിൽ നിന്നുപഠിച്ച സംസ്കൃതവും തന്ത്രങ്ങളും അടിത്തറയായിരുന്നിരിക്കാമെങ്കിലും ആ രണ്ടു സ്ഥാപനങ്ങളിലെയും വിദ്യാഭ്യാസവും ജീവിതവുമാണ് തന്നെ ജീവിതഗന്ധിയായ കവിതകളിലേക്ക് നയിച്ചിരിക്കാനിടയായതെന്ന് കക്കാട് പറഞ്ഞിട്ടുണ്ട്. ചിത്രമെഴുത്ത്, ഓടക്കുഴൽ, ശാസ്ത്രീയ സംഗീതം, ചെണ്ടകൊട്ട് എന്നിവയിലും കക്കാടിനു പ്രാവീണ്യമുണ്ടായിരുന്നു

എന്തിനെഴുതുന്നു?

ഈ ചോദ്യത്തിന് അദ്ദേഹം ഇങ്ങനെയായിരുന്നു ഉത്തരം പറഞ്ഞത്. “അറിയില്ല, കൈതോലക്കെന്തിനാണ് മുള്ളുണ്ടാകുന്നത്? നായ്ക്കുരണക്കെന്തിനാണ് ചൊറിയൻ പൊടിയുണ്ടാകുന്നത്? ഇതുപോലെയുള്ള അനേകം ചോദ്യങ്ങൾക്കുത്തരം എനിക്ക് അറിഞ്ഞുകൂടാ. എങ്കിലും ചോദ്യം ചോദിച്ചുകൊണ്ടിരിക്കുന്നത് നന്ന്. മറ്റുള്ളവരോടൊപ്പം അവനോടുതന്നെ. ഉത്തരം കിട്ടിയില്ലെങ്കിലും ചോദ്യം ഉത്തേജിപ്പിക്കും.”

എന്നെത്തന്നെ!

അദ്ദേഹം തുടർന്നു പറഞ്ഞതിങ്ങനെയായിരുന്നു. - “ഓരോ വസ്തുവും ഓരോ മാതിരിയാണ്. കൂട്ടത്തിൽ ഞാനിങ്ങനെയും എന്നേ പറഞ്ഞു കൂടൂ. നമ്മുടെയൊക്കെ നിത്യജീവിതത്തിലെ ആഹ്ലാദങ്ങളുടെയും ദുഃഖങ്ങളുടെയും വെറുപ്പുകളുടെയും അസ്വസ്ഥതകളുടെയും ശല്യങ്ങളുടെയും ഭീതികളുടെയും ഇടയ്ക്കാവും എന്തെങ്കിലും മനസ്സിൽ വീണു പറ്റിപ്പിടിച്ചു കിടക്കാൻ ഇടവരിക. ഇതൊന്നും ഉദാസീനരായ നമ്മൾ അറിയില്ല. പിന്നെ അത് മനസ്സിൽ കിടന്നു ഉരുണ്ടുകൂടി വീർത്തു വരുമ്പോൾ അതു സംഭവിക്കുന്നു എന്നു ഞാനറിയുന്നു. ഒരു ഘട്ടത്തിൽ അതു കടലാസിലേക്കു പകർന്നു വീഴുമ്പോൾ അതു ആരോടോ ആവേശത്തിൽ സംസാരിച്ചു കൊണ്ടിരിക്കുന്നു.”

ബാല്യം മുതൽ

ദാരിദ്ര്യത്തിന്റെ സകല ദേവതമാരും അഴിഞ്ഞാടിയിരുന്ന ഒരു പഴയ ജന്മി പുരോഹിത കുടുംബത്തിൽ പിറന്ന്, കുരുന്നിലേ രോഗവും ബലമില്ലായ്മയുമായിട്ടായിരുന്നു കക്കാട് ജീവിതം തുടങ്ങിയത്. സമപ്രായക്കാർ ബലമുള്ള ശരീരം കൊണ്ടും വിദ്യകൊണ്ടും പ്രബലരായപ്പോൾ മനോരാജ്യവും കണ്ട് അദ്ദേഹം നാളുകൾ നീക്കി. മുത്തശ്ശി പറഞ്ഞു തന്ന പുരാണകഥകൾ, ആകാശത്തിലെ മേഘങ്ങളുമായി സങ്കല്പിച്ചും പുരാണ കഥാപാത്രങ്ങൾ ചങ്ങാതിമാരായി.

തന്ത്രവൃത്തിയെന്ന കുലത്തൊഴിലിനു പുറമെ സംസ്കൃതഭാഷ, സിദ്ധരൂപം, അമരകോശം, ബാലപ്രബോധം, സമാസചക്രം, ജ്യോതിഷം, തന്ത്രവൃത്തി, തന്ത്രദർശനം എന്നിവ പിതാവിൽ

നിന്നും പഠിച്ചു. അവിടനല്ലൂരമ്പലത്തിലെ ഉത്സവം കഴിഞ്ഞാൽ കുറെ നാൾ കിഴക്കേ മുറ്റത്ത് വെണ്ണീറും കരിയും ഓട്ടിൻപൊടിയും കൊണ്ടുള്ള ഭദ്രകാളികളമുണ്ടാകുമായിരുന്നു. അതു കണ്ട് തനിയെ കളം വരഞ്ഞതും കളമെഴുത്തുപാടിയതും കോമരം തുള്ളിയതും തായമ്പക പഠിച്ചതും പിൽക്കാലത്തു തനിക്ക് പത്മവ്യൂഹം തകർത്തെറിയാൻ പ്രചോദനമായിരുന്നുവെന്നു കവി പറയുന്നുണ്ട്. പിന്നെ വായനയായി കക്കാടിന്റെ ഇഷ്ട വിഷയം. കവിത്രയങ്ങൾ മനസ്സിൽ വേരൂന്നി. കുഞ്ഞിക്കുട്ടൻ തമ്പുരാന്റെ മഹാഭാരതത്തിലേക്കുള്ള ക്ഷണം ബൈബിളും ഗ്രീക്കു പുരാണങ്ങളുമൊക്കെ പഠിക്കാൻ കാരണമായി. അങ്ങനെ ധാരാളം ശ്ലോകങ്ങളെഴുതി നശിപ്പിച്ചു കളഞ്ഞു.

കവിത തെളിയുന്നു, മാർക്സിയൻ ദർശനവും

1948-52 കാലം തൃശൂർ കേരളവർമ കോളേജിൽ വെച്ച് എൻ.വി കൃഷ്ണ വാര്യരെ അടുത്തറിഞ്ഞതിനുശേഷമായിരുന്നു കവിതയുടെ പുതുവഴി കക്കാടിൽ തെളിയുന്നത്. എൻ.വി തെളിയിച്ചു തന്ന മൂന്നാംകണ്ണായ 'കവിതാരചന' എന്നാണ് പിൽക്കാലത്ത് കവി എഴുതിയത്. അങ്ങനെ സ്വതന്ത്രഭാരതം പുലരുകയും അധികാരലഹരി ഭരണസംവിധാനത്തെ ഉദാസീനവും നിരർത്ഥകവുമാക്കി തീർത്തതു കണ്ട കക്കാടിനെ ചർക്കയിൽ നൂൽനൂൽക്കാതെ തന്നെ ഖാദി വസ്ത്രം പുറത്തുകിട്ടുന്നു എന്ന ബോധം ഖാദി ഉപേക്ഷിക്കാൻ പ്രേരിപ്പിക്കുകയായിരുന്നു. എതിർക്കാനായി ശ്രദ്ധാപൂർവ്വം പഠിച്ചു വെച്ചിരുന്ന മാർക്സിയൻ ദർശനം ഇവിടെ കക്കാടിനെ ഗ്രസിക്കുകയും ചെയ്തു. പൂണുലും കുടുമയും ഉപേക്ഷിച്ച് പാരമ്പര്യ ഹൈന്ദവാചാരങ്ങൾ അഴുക്കുചാലിലെറിഞ്ഞു കളഞ്ഞു കക്കാട് എന്ന പുരോഗമനകവി.

ഇടശ്ശേരിയും എൻ.വിയും ഇഷ്ടകവികളായിതീർന്നു ഇക്കാലത്ത്. ശക്തിയും അഗാധതയും തീക്ഷ്ണതയുമുള്ള കാലിക കവിത ഇവരിൽ മാത്രം നിക്ഷിപ്തമാണെന്ന് അദ്ദേഹത്തെ അനുഭവം പഠിപ്പിച്ചു.

ചൈനാചാരൻ, നക്സലൈറ്റ്, വർഗീയവാദി

സാഹിത്യസമിതി അംഗമായപ്പോഴും മുഖം കറുപ്പിച്ച് ഒളിയമ്പുകൾ വന്നുകൊണ്ടിരുന്നു. ഇടതുപക്ഷ രാഷ്ട്രീയ ചായ്‌വ്, ഭൂതകാലത്തെ താരതമ്യപ്പെടുത്തി 1962ലും 1957ലും ഇങ്ങനെയുണ്ടായി. 1962-65 കാലം എൻ.വിയും എസ്.കെയും കൂടി സമിതിയാഫീസിൽ

പഠനക്ലാസ്സ് എടുക്കുന്നുവെന്നും ഇയാൾ ചൈനാചാരനാണെന്നും ആരോപണമുണ്ടായി. അന്ന് കക്കാട് ആകാശവാണിയിലായിരുന്നു. ആരും അടുക്കാതെയും ഭയാശങ്കകളോടെയുമായി സഹപ്രവർത്ത കരുടെയും ചങ്ങാതിമാരുടെയും പെരുമാറ്റം. ചൈനാചാരൻ എന്ന ഗൂഢമായ ധ്വനിയോടെയുള്ള പിറുപിറുക്കൽ എന്നുമുണ്ടായി. 1975ലും 77ലും ഇങ്ങനെത്തന്നെയുണ്ടായി. വിശേഷണം 'നക്സലൈറ്റ്' എന്നായി മാറിയിരുന്നു. 1982-83 കാലത്ത് വർഗീയവാദിയാണ് എന്ന പ്രചാരണവുമുണ്ടായി.

സഫലമായ വഴികൾ, വഴിവെട്ടുന്നവർ

1980-ൽ പ്രസിദ്ധീകരിക്കപ്പെട്ട 'കവിത' എന്ന സമാഹാരത്തിലെ പട്ടിപ്പാട്ട്, ചെറ്റകളുടെ പാട്ട്, കഴുവേറിപ്പാച്ചന്റെ പാട്ടുകഥ, വാരി ക്കുഴിപാട്ട്, കുമ്മട്ടി, പോത്ത്, രാമായണം കിളി എന്നീ കവിത കൾക്കൊപ്പമാണ് *വഴിവെട്ടുന്നവരോട്* എന്ന കവിത വന്നിട്ടുള്ളത്. 1970 കളിലായിരുന്നു ഈ കവിതകൾ രചിക്കപ്പെട്ടത്. അറുപതു കളിൽ നിലവിലുണ്ടായിരുന്ന സവിശേഷ വൈകാരികാന്തരീക്ഷം പൂർണ്ണമായി അനുവാചകർ ഈ കവിതയിൽ കാണുന്നു. *ഈ വഴി യിൽ പെരുവഴി നല്ലൂ...* എന്നാണ് കവി പറയുന്നത്. അതിൽ പല ദുരിതങ്ങളും ശനിദശകളും പീഡകളും സഹിച്ചേ മുന്നേറാൻ പറ്റു വെന്ന് സൂചിപ്പിക്കുകയാണ്. കാലങ്ങളായി പിൻതുടർന്നു പോന്നി രുന്ന വഴിയിൽ നിന്ന് വേറിട്ടൊരു വഴി വെട്ടുന്നതാണ് പുരോഗമന ചിന്ത. മാമൂൽ പ്രിയരായ മുൻഗാമികൾ ആധിപത്യമുറപ്പിച്ച ലോകത്ത് പുതിയ ചിന്താധാര പിറക്കാൻ യത്നിക്കുന്നവർക്കുള്ള ഐക്യദാർഢ്യമാണ് കക്കാടിന്റെ ഈ കവിത.

കവിതയുടെ മൂന്നുകാലങ്ങൾ

കക്കാടിന്റെ കവിതകളെ പൊതുവെ മൂന്നു കാലഘട്ടങ്ങളായാണ് നിരൂപകർ വിലയിരുത്തുന്നത്. ജീവിതമൂല്യങ്ങൾ കാത്തു സൂക്ഷിച്ചു കൊണ്ടു തന്നെ നഗരവൽകൃതത്തെയും ഉത്തരോത്തരം ഉയർന്നു കൊണ്ടിരിക്കുന്ന ഇന്ദ്രിയ സുഖാസക്തിയെയും നിശിതമായി വിമർ ശിക്കുന്നതാണ് ഒന്നാമത്തേത്. ഈ കാലത്ത് അദ്ദേഹം രചിച്ചതാണ് ആയിരത്തിതൊള്ളായിരത്തി അറുപത്തിമൂന്ന്, പാതാളത്തിന്റെ

മുഴക്കം എന്നിങ്ങനെയുള്ള സമാഹാരങ്ങൾ. ഈ സമാഹാരങ്ങളി ലേതാണ് ദുഃഖം, പാർക്കിൽ, വാഹനം, വേരുകൾ, ബീറ്റ്, ഫയലുകൾ, പ്രാർത്ഥന, ക്ഷീണം, പനിനീർപ്പൂവിന്റെ ഗന്ധം, മോഷ്ടിച്ചെടുത്ത ഒരു രാത്രി, കണ്വൻ, പാതാളത്തിന്റെ മുഴക്കം തുടങ്ങിയ കവിതകൾ.

രണ്ടാമത്തെ കാലഘട്ടത്തിൽ കവി ഇന്ത്യാ രാജ്യത്തെയാകമാനം വീക്ഷിക്കുകയായിരുന്നു. ഉയർന്നു കയറുന്ന നഗര സംസ്കൃതി രാജ്യ മൊന്നാകെ വൈരൂപ്യമായി പരിണമിക്കുന്ന തിരിച്ചറിവിൽ നിന്നു ണ്ടായതായിരുന്നു പിന്നീടുണ്ടായ കവിതകൾ. എവിടെയോ പ്രതീക്ഷയുടെ ഒരു തിരിനാളം കക്കാട് കാണുന്നത് അങ്ങനെയാണ്. വജ്രകുണ്ഡലം എന്ന ഖണ്ഡകാവ്യം നഗര സംസ്കൃതിയിൽ നഷ്ടപ്പെടരുത് എന്ന ബാധ്യതയാണ് കവിക്കുള്ളത്. 1977ലാണ് ഈ ഖണ്ഡകാവ്യത്തിന്റെ പിറവി.

രണ്ടു കാലങ്ങളിലായി താൻ പ്രതീക്ഷയർപ്പിച്ചതൊന്നും ഫലവത്താകുന്നില്ലെന്ന തിരിച്ചറിവിൽ നിന്നുണ്ടായ അമർഷവും നിരാശയും വേദനകളും വിഹ്വലതകളും ഉത്കണ്ഠകളും ചേർന്ന രചനകളായിരുന്നു മൂന്നാമത്തെ കാലഘട്ടത്തിൽ കക്കാട് കൈര ളിക്കു സമർപ്പിച്ചത്. പട്ടികളും ചെറ്റകളും കഴുവേറികളുമൊക്കെ യായിരുന്നു കവിതയ്ക്കു വിഷയമായിരുന്നത്. ഈ കാലഘട്ടം. പട്ടി പ്പാട്ട്, ചെറ്റകളുടെ പാട്ട്, കഴുവേറിപ്പാച്ചന്റെ പാട്ടുകൾ, വാരിക്കുഴി പ്പാട്ട്, കുമ്മാട്ടി, രാമായണം കളി എന്നിവ ഉദാഹരണം.

കവിയുടെ നിലപാട്

എഴുതിയതും പഠിച്ചതും പറഞ്ഞതുമെല്ലാം ആലോചിച്ചു തന്നെ യാണെന്നും അക്കാദമി പ്രസിഡന്റോ, മന്ത്രിയോ ആയി മരിച്ചെ ങ്കിലേ ജീവിതം സാഫല്യമാവൂ എന്നൊന്നും തനിക്കില്ലെന്നും കവി. കവിതയായിരുന്നു തന്നെ ജീവിപ്പിച്ചതെന്നും എത്ര അധി ക്ഷേപിച്ചാലും തന്റെ കവിത വ്യാപരിക്കുന്ന ജീവിതാനുഭൂതികളുടെ മണ്ഡലത്തിൽ തന്നെ ഉറച്ചു നിൽക്കണമെന്നുമാണ് ആഗ്രഹമെന്നും അദ്ദേഹം വ്യക്തമാക്കി. അതിനാൽ പഴഞ്ചനെന്നോ, ധൂർത്ത നെന്നോ, പിന്തിരിപ്പനെന്നോ, വർഗീയവാദിയെന്നോ ഒക്കെ വിളി ച്ചാലും അവയ്ക്കെല്ലാം മറുപടി പറഞ്ഞ് സമയം കളയാൻ ആവി ല്ലെന്നും കുട്ടിക്കാലത്ത് തന്റെ ഏകാന്തതയിൽ കൂട്ടുകാരനായി വന്ന

സംസാരിക്കുന്ന വിചാരങ്ങളോട് സത്യസന്ധമായിരിക്കണമെന്നും അതു സാധിക്കുന്നിടത്തോളം താൻ സംതൃപ്തനാണെന്നും കവി ഊറ്റം കൊള്ളുന്നു.

കലാകാരന്മാരുടെ അസോസിയേഷൻ ഉണ്ടാക്കുന്നു

അധ്യാപകനായി ഔദ്യോഗികജീവിതം ആരംഭിച്ച അദ്ദേഹം ജീവിതത്തിലെ ഏറിയ പങ്കും കോഴിക്കോട് ആകാശവാണിയിലാണ് ജോലി ചെയ്തത്. സോഷ്യലിസ്റ്റ് ആശയങ്ങളിൽ ആകൃഷ്ടനായ അദ്ദേഹം ഇടതുപക്ഷത്തേക്ക് ചേർന്നു. ഇതെല്ലാം അദ്ദേഹത്തിന്റെ കവിതകൾക്ക് ഇടതുപക്ഷച്ഛായ നൽകിയെന്നു കരുതിയാൽ തെറ്റാകില്ല. നടുവണ്ണൂർ സ്കൂളിൽ അധ്യാപകനായി ജോലിയിൽ പ്രവേശിച്ചുവെങ്കിലും മാനേജുമെന്റുമായുണ്ടായ തർക്കത്തെത്തുടർന്ന് അദ്ദേഹം ആ ജോലി ഉപേക്ഷിച്ചു. കോഴിക്കോട് ട്യൂട്ടോറിയൽ കോളേജിൽ അധ്യാപകനായി കുറച്ചുകാലം ജോലി ചെയ്തു. മലബാർ ഡിസ്ട്രിക്റ്റ് ബോർഡ് തെരഞ്ഞെടുപ്പിൽ കമ്യൂണിസ്റ്റ് പിന്തുണയോടെ ബാലുശ്ശേരിയിൽ നിന്ന് സ്വതന്ത്ര സ്ഥാനാർത്ഥിയായി മത്സരിച്ചുവെങ്കിലും പരാജയപ്പെട്ടു. ആകാശവാണിയിൽ ഉദ്യോഗസ്ഥനായ അദ്ദേഹം അവിടെ കലാകാരന്മാരുടെ അസോസിയേഷൻ ഉണ്ടാക്കി സേവന വേതന വ്യവസ്ഥകൾ മെച്ചപ്പെടുത്താൻ ശ്രമിച്ചവരിൽ ഒരാളാണ്. കേരള സാഹിത്യ സമിതി, വള്ളത്തോൾ വിദ്യാപീഠം എന്നിവയിലും അദ്ദേഹം പ്രവർത്തിച്ചിരുന്നു. 1985ൽ അദ്ദേഹം ആകാശവാണിയിലെ പ്രൊഡ്യൂസർ സ്ഥാനത്തു നിന്ന് വിരമിച്ചു. കേരള സാഹിത്യ അക്കാദമിയിലും സാഹിത്യ പ്രവർത്തക സഹകരണ സംഘത്തിലും അംഗമായിരുന്നിട്ടുണ്ട്.

നാഗരിക ജീവിതത്തിന്റെ പ്രയാസങ്ങൾ വരച്ചുകാട്ടിയ കവി

യോഗക്ഷേമ സഭയിലും താൻ നിലനിൽക്കുന്ന സമുദായത്തിലെ പോരായ്മകളും മാമൂലുകളും തുറന്നുകാട്ടി പുതിയൊരു വഴിയിലേക്ക് സമുദായത്തിനൊപ്പം സമൂഹത്തെയും കൊണ്ടുവരാൻ ശ്രമിച്ചിരുന്നു. ഉചിതമായ പുരാവൃത്തങ്ങളിലൂടെയും അനുഗുണമായ ബിംബങ്ങളിലൂടെയും പഠിച്ച പുരാണ കഥകളിലൂടെയും

കവിതാസന്ദർഭങ്ങൾ ചമച്ച് നാഗരിക ജീവിതത്തിന്റെ പ്രയാസങ്ങൾ കക്കാട് വരച്ചു കാട്ടുകയുണ്ടായി.

കുട്ടേട്ടനായും മാരുതിയായും നാനാക്കായും വേഷപ്പകർച്ച

എൻ.എൻ കക്കാട് എന്ന നാമത്തിനു പുറമെ പ്രതിഷേധത്തിന്റെ കൂരമ്പുകൾ എയ്യാൻ ആനുകാലിക പ്രസിദ്ധീകരണങ്ങളിൽ ചില തൂലികാനാമങ്ങളും അദ്ദേഹം സ്വീകരിക്കുകയുണ്ടായി. മാരുതി, നാനാക്ക് എന്നിങ്ങനെയായിരുന്നു തൂലികാനാമങ്ങൾ. മാതൃഭൂമി ആഴ്ചപ്പതിപ്പിലെ ബാലപംക്തി കുഞ്ഞുണ്ണിമാഷ്ക്ക് പുറമെ 1965-75 കാലം കക്കാടും 'കുട്ടേട്ടൻ' എന്ന പേരിൽ കൈകാര്യം ചെയ്തിരുന്നു.

കക്കാടിന്റെ കൃതികൾ

കവിത, ആയിരത്തിതൊള്ളായിരത്തി അറുപത്തിമൂന്ന്, ഇതാ ആശ്രമമൃഗം കൊല്ല്.., പകലറുതിക്കു മുമ്പ്, നാടൻ ചിന്തുകൾ, സഫലമീയാത്ര (കാവ്യസമാഹാരങ്ങൾ) വജ്രകുണ്ഡലം (ഖണ്ഡകാവ്യം), കവിതയും പാരമ്പര്യവും (നിരൂപണ പഠനങ്ങൾ), അവലോകനം (ഉപന്യാസങ്ങൾ), കക്കാടിന്റെ കൃതികൾ (സമ്പൂർണ രചനകൾ)

അവാർഡുകൾ, അംഗീകാരങ്ങൾ

'കവിത' എന്ന സമാഹാരത്തിന് ലഭിച്ച ചെറുകാട് സ്മാരക ശക്തി അവാർഡായിരുന്നു ആദ്യത്തെ അംഗീകാരം. 'സഫലമീയാത്ര' എന്ന കവിതാ സമാഹാരത്തിന് 1985ലെ ഓടക്കുഴൽ പുരസ്കാരവും 1986 ലെ ആശാൻ പുരസ്കാരവും ലഭിച്ചു.

അർബുദബാധയെത്തുടർന്ന് 1987 ജനുവരി 6-ന് കഥാവശേഷനായി.

■

ജൂലൈ 15

സി.എച്ച്. മുഹമ്മദ് കോയ ജന്മദിനം

ഇന്ത്യൻ രാഷ്ട്രീയത്തിന് കോഴിക്കോടിന്റെ സംഭാവനയായിരുന്നു 'ചെറിയൻകണ്ടി മുഹമ്മദ് കോയ' എന്ന സി.എച്ച് മുഹമ്മദ് കോയ. രാഷ്ട്രീയനേതാവും ഭരണതന്ത്രജ്ഞനും മികച്ച പ്രാസംഗികനും കഴിവുറ്റ സംഘാടകനും നിയമസഭാ സാമാജികനും പ്രഗത്ഭനായ പത്രപ്രവർത്തകനും. കൈവെച്ച മേഖലയിലെല്ലാം ഉജ്ജ്വലമായ മുദ്ര പതിപ്പിച്ച സി.എച്ച്. ഇന്ത്യൻ യൂണിയൻ മുസ്ലീംലീഗിന്റെ അനിഷേധ്യനായ നേതാവുകൂടിയായിരുന്നു.

കോഴിക്കോട് ജില്ലയിൽ കൊയിലാണ്ടിക്കടുത്ത് അത്തോളിയിൽ 1928 ജൂലായ് 15-നാണ് സി.എച്ച് ജനിച്ചത്. കൊയിലാണ്ടി ഹൈസ്കൂളിലും കോഴിക്കോട് സാമൂതിരി കോളേജിലും ആയിരുന്നു വിദ്യാഭ്യാസം. 1946 ചന്ദ്രിക ദിനപത്രത്തിന്റെ സഹപത്രാധിപരായും 1952-ൽ മുഖ്യ പത്രാധിപരായും പ്രവർത്തിച്ചു. മുസ്ലീം സ്റ്റുഡന്റ് ഫെഡറേഷൻ, എം.എസ്.എഫ് സ്കോളർഷിപ്പ് ഫണ്ട്, കാലിക്കറ്റ് ജേർണലിസ്റ്റ് അസോസിയേഷൻ എന്നീ സംഘടനകളുടെ സ്ഥാപകാംഗങ്ങളിലൊരാളുമായിരുന്നു സി.എച്ച്.

ഔദ്യോഗിക മുദ്രകൾ

ഇന്ത്യൻ രാഷ്ട്രീയ രംഗത്ത് ഇത്രയേറെ സ്ഥാനങ്ങൾ വഹിച്ചിട്ടുള്ള വ്യക്തികൾ അധികമുണ്ടാവില്ല. 1952 മുതൽ 61 വരെ കോഴിക്കോട് മുൻസിപ്പൽ കൗൺസിൽ മെമ്പറായിരുന്നു. 1950 മുതൽ ഇന്ത്യൻ യൂണിയൻ മുസ്ലീം ലീഗ് വർക്കിംഗ് കമ്മറ്റി മെമ്പറായും മുസ്‌ലീം ലീഗിന്റെ കേരള സ്റ്റേറ്റ് കമ്മറ്റി ജനറൽ സെക്രട്ടറിയായും 1973 മുതൽ ഇന്ത്യൻ യൂണിയൻ മുസ്ലീം ലീഗിന്റെ ജനറൽ സെക്രട്ടറിയായും സേവനമനുഷ്ഠിച്ചു. 1957 മുതൽ മുസ്‌ലീം ലീഗ് ലെജിസ്ലേച്ചർ പാർട്ടിയുടെ നേതാവുമായിരുന്നു. 1960 മുതൽ 62 വരെ കോൺഗ്രസ്, പി.എസ്.പി മുസ്‌ലീം ലീഗ് എന്നിവയുടെ സംയുക്ത നിയമസഭാ കക്ഷി ചെയർമാൻ ആയിരുന്നു.

1961ൽ സി.എച്ച് കേരള നിയമസഭാ സ്പീക്കറായി തിരഞ്ഞെടുക്കപ്പെട്ടു. 1967 മുതൽ 69 വരെ കേരള വിദ്യാഭ്യാസ മന്ത്രിയായും പ്രവർത്തിച്ചു. 1969 മുതൽ 71 വരെ കേരളത്തിൽ ആഭ്യന്തര വിദ്യാഭ്യാസ വകുപ്പുകളുടെ മന്ത്രിയുമായിരുന്നു. 1971-മുതൽ 73 വരെ പിന്നെയും വിദ്യാഭ്യാസമന്ത്രിയായി അവരോധിക്കപ്പെട്ടു. 1973ൽ മഞ്ചേരിയിൽ നിന്ന് ലോകസഭയിലേക്ക് തിരഞ്ഞെടുക്കപ്പെട്ടു. 1977ൽ കെ.കരുണാകരൻ മന്ത്രിസഭയിൽ ധനകാര്യമന്ത്രിയായിരുന്നു. 1979ൽ കുറച്ചുകാലം കേരള മുഖ്യമന്ത്രിയുമായിരുന്നു. 1982 മുതൽ മരിക്കുന്നതുവരെ കേരളത്തിലെ ഡെപ്യൂട്ടി മുഖ്യമന്ത്രിയുമായിരുന്നു. 1983 സെപ്തംബർ 28-ന് ഹൈദരാബാദിൽ വെച്ച് സി.എച്ച് അന്തരിച്ചു.

ഗ്രന്ഥങ്ങൾ

എന്റെ ഹജ്ജ് യാത്ര, കോ-ലണ്ടൻ കെയ്റോ, ഞാൻ കണ്ട മലേഷ്യ, നിയമസഭാചട്ടങ്ങൾ, ലിയാഖത്ത് അലിഖാൻ തുടങ്ങിയ ഗ്രന്ഥങ്ങളും സി.എച്ചിന്റേതായി ഉണ്ട്.

■

ജൂലൈ 17

ജോസഫ് മുണ്ടശ്ശേരി ജന്മദിനം

കൊച്ചി സർവ്വകലാശാലയുടെ ആദ്യത്തെ വൈസ് ചാൻസലർ ആരാണ്...?

കൂട്ടുകാരുടെ ക്ലാസ്സിൽ ക്വിസ് മത്സരങ്ങളിൽ ഇങ്ങനെയൊരു ചോദ്യം വന്നാൽ എന്തായിരിക്കും ഉത്തരം.?

ഒട്ടും സംശയിക്കേണ്ട പ്രഗദ്ഭനായ അധ്യാപകനും വിദ്യാഭ്യാസ വിചക്ഷണനും സാമൂഹികബോധമുള്ള നിരൂപകനും എഴുത്തുകാരനുമായി ചരിത്രത്തിൽ ഉറച്ച കാൽവെപ്പുകൾ നടത്തി കാലയവനികയ്ക്കുള്ളിൽ മറഞ്ഞ ജോസഫ് മുണ്ടശ്ശേരി എന്ന മുണ്ടശ്ശേരി മാസ്റ്റർ തന്നെയാണത്. കേരളപ്പിറവിക്കു ശേഷം ഇ.എം.എസ് നമ്പൂതിരിപ്പാടിന്റെ നേതൃത്വത്തിൽ രൂപീകൃതമായ ആദ്യത്തെ കമ്മ്യൂണിസ്റ്റ് മന്ത്രിസഭയിലെ വിദ്യാഭ്യാസമന്ത്രി. വിമോചനസമരം എന്ന വിപ്ലവം മൂലം മന്ത്രിസഭയെ മറിച്ചിടാൻ കാരണം മുണ്ടശ്ശേരി മാസ്റ്റർ, അധ്യാപകനെന്ന നിലയ്ക്കും സാമൂഹികചിന്തകനെന്ന കാഴ്ചപ്പാടിലും തന്നിൽ രൂപം കൊണ്ട ആശയങ്ങൾ പകർത്തിയ വിദ്യാഭ്യാസ ബിൽ ആയിരുന്നു.

തൃശ്ശൂർ ജില്ലയിലെ കണ്ടശ്ശാംകടവിലെ ഒരു യാഥാസ്ഥിതിക കത്തോലിക്കാ കുടുംബത്തിൽ 1903 ജൂലായ് 17-ന് ജനിച്ച ജോസഫ് എന്ന വിപ്ലവകാരി, കേരളത്തിന്റെ സാഹിത്യ വിദ്യാഭ്യാസ-സാമൂഹിക-രാഷ്ട്രീയ മേഖലയൊന്നാകെ മാറ്റത്തിന്റെ കൊടുങ്കാറ്റ് സൃഷ്ടിച്ചു. നാട്ടാശാൻ കൂടിയായിരുന്ന വലിയച്ചൻ പൊറിഞ്ചുവിൽ നിന്നാണ് മുണ്ടശ്ശേരി ബാലപാഠങ്ങൾ പഠിച്ചത്. പിന്നീട് കണ്ടശ്ശാംകടവിലെ ഗവൺമെന്റ് സ്ക്കൂളിൽ പഠിച്ചു. വീട്ടിലെ യാഥാസ്ഥിതികമായ അന്തരീക്ഷം കാവ്യപഠനത്തിന് എതിരായിരുന്നെങ്കിലും ഹൈസ്ക്കൂളിലെ അധ്യാപകരും സാഹിത്യകുതുകികളും ആയിരുന്ന ചില നമ്പൂതിരിമാർ മുണ്ടശ്ശേരിയുടെ വായനാശീലത്തെ കണ്ടറിഞ്ഞ് പ്രോത്സാഹിപ്പിച്ചു. ഹൈസ്ക്കൂൾ കാലത്തുതന്നെ ചില കവിതകൾ എഴുതി.

വിദ്യാഭ്യാസ രംഗത്തെ ഉയർച്ചകൾ

ഊർജ്ജതന്ത്രത്തിൽ ബിരുദം സമ്പാദിച്ച ശേഷം കുറച്ചുകാലം ഹൈസ്കൂൾ അധ്യാപകനായിരുന്നു. അങ്ങനെ തൃശ്ശൂർ സെന്റ് തോമസ് കോളേജിൽ ഫിസിക്സ് ഡെമോൺസ്ട്രേറ്ററായി ജോലി ചെയ്തുകൊണ്ടിരിക്കെ, സംസ്കൃതഭാഷയിലും മലയാളത്തിലും എം.എ ബിരുദമെടുത്തു. ബിരുദപഠനവും അധ്യാപക വൃത്തിയും സമ്മാനിച്ച അപാരജ്ഞാനം മുണ്ടശ്ശേരിയെ സാഹിത്യത്തിലേക്ക് നയിച്ചു. സാഹിത്യത്തെ സാമൂഹിക ജീവിതാനുഭവങ്ങളുടെ ഉരകല്ലിൽ പരിശോധിച്ച് വിലയിരുത്തുന്ന നിരൂപണ സമ്പ്രദായം സ്വീകരിച്ച് മുന്നേറിത്തുടങ്ങിയപ്പോൾ ശ്രദ്ധേയമായ പല സംഭാവനകളും അദ്ദേഹത്തിന് കൈരളിക്ക് കാഴ്ചവെക്കാനായി.

പഠനവും ഔദ്യോഗിക ജീവിതവും

കോളേജ് വിദ്യാഭ്യാസം തൃശ്ശൂർ സെന്റ് തോമസിലാണ് നിർവ്വഹിച്ചത്. പിന്നീട് തൃശ്ശിനാപ്പള്ളിയിൽനിന്നും ഫിസിക്സ് ഐച്ഛികമായി ബി.എസ്സി. ജയിച്ചു. ഇതിനിടെ അല്പകാലം സ്ക്കൂൾ അധ്യാപകനായിരുന്നു. തൃശ്ശിനാപ്പള്ളിയിൽ പഠിക്കുമ്പോൾ തിരുവിതാംകൂറിൽ നിന്നും പുറപ്പെട്ടിരുന്ന ഒരു ത്രൈമാസികയിൽ പതിവായി എഴുതിയിരുന്നു. അതിൽ നിന്നും ലഭിക്കുന്ന തുച്ഛമായ സാമ്പത്തിക

സഹായം അന്ന് പഠനത്തിന് വലിയ സഹായകമായിരുന്നു. ബിരുദമെടുത്തശേഷം തൃശ്ശൂർ സെന്റ് തോമസ് കോളേജിൽ 1926ൽ ഡമോൺസ്ട്രേറ്റർ ആയി. പിന്നീട് സംസ്കൃതവും മലയാളവും ഐച്ഛികമായെടുത്ത് എം.എ.പാസായി. സെന്റ് തോമസിൽ ഭാഷാ വിഭാഗം പ്രൊഫസർ ആയി ദീർഘകാലം പ്രവർത്തിച്ചു. ഇക്കാലം മുതലാണ് സാഹിത്യനിരൂപണത്തിൽ ശ്രദ്ധ കേന്ദ്രീകരിച്ചത്. 'കേരളം' എന്ന മാസികയുടെ പത്രാധിപത്യം എം.പി. പോളിനൊപ്പം വഹിച്ചു. പ്രേഷിതൻ, കൈരളി, മംഗളോദയം എന്നിവയുടേയും പത്രാധിപരായിരുന്നിട്ടുണ്ട്. 1953ൽ നവജീവൻ പത്രാധിപരായുമിരുന്നിട്ടുണ്ട്.

രാഷ്ട്രീയരംഗത്ത് സ്ഥാനമാനങ്ങൾ

കൊച്ചി നിയമസഭയിൽ 1949ൽ മുണ്ടശ്ശേരി അംഗമായിരുന്നു. 1954ൽ തിരു-കൊച്ചി നിയമസഭയിലേക്ക് ഇടതുപക്ഷ പിൻതുണയോടെ മൽസരിച്ചു ജയിക്കുകയും ചെയ്തു. ഇ.എം.എസ് മന്ത്രിസഭയുടെ പതനത്തിനുശേഷം ഒരിക്കൽ കൂടി നിയമഭയിലേക്കു മത്സരിച്ചു തോൽക്കുകയും പിന്നീടൊരിക്കൽ 1970ൽ തൃശ്ശൂരിൽ നിന്ന് വിജയിക്കുകയും ചെയ്തു. 1972ലായിരുന്നു മുണ്ടശ്ശേരി കൊച്ചി സർവ്വകലാശാലയുടെ ആദ്യത്തെ വൈസ് ചാൻസലറാകുന്നത്. പ്രജാമണ്ഡലത്തിലൂടെ കോൺഗ്രസ്സിലെത്തിയ മുണ്ടശ്ശേരി, പിന്നീട് കമ്മ്യൂണിസ്റ്റ് സഹയാത്രികൻ ആയി. കൊച്ചി സംസ്ഥാനത്തും തിരുകൊച്ചിയിലും എം.എൽ.എ ആയി. ആദ്യത്തെ കേരളമന്ത്രിസഭയിൽ വിദ്യാഭ്യാസമന്ത്രി, കൊച്ചി സർവ്വകലാശാലയുടെ പ്രഥമ വൈസ് ചാൻസലർ എന്നീ സ്ഥാനങ്ങൾക്കു പുറമേ സഹകരണ മേഖലയിലും മുണ്ടശ്ശേരി പ്രവർത്തിച്ചിട്ടുണ്ട്.

മിക്ക യൂറോപ്യൻ രാജ്യങ്ങളും ചൈനയും സന്ദർശിച്ചു.

ഭ്രഷ്ടനാകുന്നു

നിയമസഭാംഗമായിരുന്ന വേളയിൽ, ചൈനാ സന്ദർശനത്തെത്തുടർന്ന് നടത്തിയ പ്രസംഗങ്ങളും ആനുകാലികങ്ങളിൽ എഴുതിയ രാഷ്ട്രീയ ലേഖനങ്ങളുടെയും പേരിൽ അധികാരഭൃഷ്ടനാക്കപ്പെട്ടപ്പോഴും തന്റെ ആദർശവും ജീവിതവീക്ഷണങ്ങളും അദ്ദേഹം കൈവിട്ടില്ല. അധികാരാനുകൂലികൾ നടത്തുന്ന പത്രമാധ്യമങ്ങൾ വിലക്കു കല്പിച്ചപ്പോൾ തൃശൂരിൽ നിന്നും 'നവജീവൻ' എന്നൊരു

പത്രം ആരംഭിക്കുകയും മൂർച്ചയുള്ള രാഷ്ട്രീയ ലേഖനങ്ങളും സാഹിത്യരചനകളും അതിൽ പ്രസിദ്ധപ്പെടുത്തുകയും ചെയ്തു. 1936ൽ അദ്ദേഹം മദ്രാസ് സർവ്വകലാശാലയുടെ മലയാളം പരീക്ഷകളുടെ ബോർഡ് അംഗവും പരീക്ഷകനുമായും സേവനമനുഷ്ഠിച്ചു.

രാജരാജന്റെ മാറ്റൊലി

മഹാകവി കുമാരനാശാന്റെ സ്ഥാനവും പ്രസക്തിയും കാവ്യലോകത്തെ സംഭാവനകളും മലയാളികൾക്കു കാണിച്ചുകൊടുക്കുന്നതിൽ വലിയ പങ്കാണ് മാസ്റ്റർ വഹിച്ചത്. അദ്ദേഹത്തിന്റെ സാഹിത്യ നിരൂപണ കൃതികൾ അത് ശരിവെക്കുകയും ചെയ്യുന്നു. നാൽപ്പത്തഞ്ചോളം കൃതികൾ വിവിധ വിഷയങ്ങളിലായി എഴുതി സാഹിത്യകൈരളിക്ക് കാണിക്കവെച്ചു, അദ്ദേഹം. ആശാൻ, ഉള്ളൂർ, വള്ളത്തോൾ എന്നീ ആധുനിക കവിത്രയങ്ങളെക്കുറിച്ചുള്ള താരതമ്യപഠനത്തിലൂടെ ഒരു നൂതന വിമർശന സരണിക്കു അടിത്തറ പാകിയ അന്തരീക്ഷം സാഹിത്യ പരിണാമത്തിന് ആക്കം കൂട്ടുകയും സാമൂഹിക വീക്ഷണത്തെ പ്രധാന ഇനമായി കാണുകയും വിവാദങ്ങളുണ്ടാക്കുകയും ചെയ്ത 'രാജരാജന്റെ മാറ്റൊലി' മുണ്ടശ്ശേരിയുടെ പ്രതിഭ തെളിയിക്കുന്നതാണ്. കവിത്രയത്തിന്റെ കവിതകൾ താരതമ്യനിരൂപണത്തിന് വിധേയമാക്കുന്നതിലൂടെ ആണ് മുണ്ടശ്ശേരി തന്റെ സഹൃദയത്വവും പാണ്ഡിത്യവും സാഹിത്യവീക്ഷണവും വെളിപ്പെടുത്തിയത്. മലയാളപദ്യ സാഹിത്യത്തിലൂടെ ഉള്ള ഒരു ഓട്ടപ്രദക്ഷിണമാണ് ഈ കൃതി.

വ്യക്തിത്വം കണ്ടെത്തുന്ന കൃതികൾ

കാവ്യപീഠിക സൈദ്ധാന്തികഗ്രന്ഥമാണ്. പാശ്ചാത്യ പൗരസ്ത്യ സാഹിത്യദർശനങ്ങൾ താരതമ്യപ്പെടുത്തുവാനുള്ള ബോധപൂർവ്വമായ ആദ്യത്തെ ചുവടുവയ്പാണ് അതിൽ. 'നാടകാന്തംകവിത്വം' കവിതയെപ്പറ്റി മുണ്ടശ്ശേരിയുടെ തനതു ദർശനത്തിന്റെ വിശദീകരണമാണ്. അദ്ദേഹം പലപ്പോഴായി എഴുതിയ പുസ്തകവിമർശനങ്ങളാണ് 'വായനശാലയിൽ' എന്ന പേരിൽ നാലുഭാഗമായി സമാഹരിച്ചിട്ടുള്ളത്. മാറ്റൊലി, അന്തരീക്ഷം, പ്രയാണം, മാനദണ്ഡം, കരിന്തിരി തുടങ്ങിയവയാണ് മറ്റു പ്രധാന നിരൂപണഗ്രന്ഥങ്ങൾ.

ചില സംസ്കൃത സാഹിത്യകൃതികളെ സമകാലിക പ്രസക്തിയോടെ വിശദീകരിക്കുന്ന 'മാനദണ്ഡം' എന്ന കൃതി ഇന്നും ജ്വലിച്ചുതന്നെ നിൽക്കുന്നു. ചിന്താമാധുരി എന്ന കാവ്യസമാഹാരവും സമ്മാനം, കടാക്ഷം, ഇല്ലാപ്പോലീസ്, രണ്ടു രാജകുമാരിമാർ എന്നീ കഥാസമാഹാരങ്ങളും ആദ്യകാല രചനകൾ ആണ്. 'ചിന്താമാധുരി' എന്ന കവിതാ സമാഹാരവും പ്രൊഫസർ, കൊന്തയിൽ നിന്നു കുരിശിലേക്ക്, പാറപ്പുറത്തു വിതച്ച വിത്ത് എന്നീ നോവലുകളും സഹൃദയശ്രദ്ധ ആകർഷിച്ചു. 'കൊഴിഞ്ഞ ഇലകൾ' എന്ന ആത്മകഥയാവട്ടെ മലയാളത്തിലെ മികച്ച ആത്മകഥകളിൽ ഒന്നാണ്.

ചൈനയിലെ പര്യടനമാണ് 'ചൈന മുന്നോട്ട്' എന്ന കൃതിയിലെ പ്രമേയം. സാമൂഹികജീവിതത്തിലെ പ്രശ്നങ്ങളാണ് ഉപന്യാസ സമാഹാരങ്ങളിലെ പ്രബന്ധദീപിക, ഉപന്യാസദീപിക, വിശ്വവിഹാരം, വ്യക്തിയിൽ നിന്ന് പൗരനിലേക്ക് എന്നിവ ചർച്ച ചെയ്യുന്നത്. കവിത്രയത്തിന്റെ കാലത്തെ പദ്യസാഹിത്യം വിലയിരുത്തുന്നിടത്താണ് മുണ്ടശ്ശേരിയുടെ മികവ് കണ്ടെത്തുന്നത്. മനുഷ്യകഥാനുയായികൾ, ഒറ്റനോട്ടത്തിൽ, കാലത്തിന്റെ കണ്ണാടി, പുതിയ കാഴ്ചപ്പാടിൽ പാശ്ചാത്യ സാഹിത്യ സമീക്ഷ, വായനശാലയിൽ തുടുങ്ങിയ അദ്ദേഹത്തിന്റെ പ്രശസ്തങ്ങളായ നിരൂപണ ഗ്രന്ഥങ്ങളാണ്. (നേരത്തെ സൂചിപ്പിച്ചവയ്ക്കു പുറമെ) ഇദ്ദേഹത്തിന്റെ നിയമസഭാ പ്രസംഗങ്ങളും പ്രസിദ്ധീകരിച്ചിട്ടുണ്ട്.

കേരള സാഹിത്യ അക്കാദമി വൈസ് പ്രസിഡന്റ്, സമസ്ത കേരള സാഹിത്യ പരിഷത്ത് അധ്യക്ഷൻ, കേന്ദ്ര സാഹിത്യ അക്കാദമി അംഗം എന്നീ പദവികളും മുണ്ടശ്ശേരി വഹിച്ചിട്ടുണ്ട്. കൊച്ചി രാജാവ് സാഹിത്യനിപുണൻ ബഹുമതി നല്കി. 1973ൽ കേരള സാഹിത്യ അക്കാദമി ഫെല്ലോ ആയി. 1976ൽ സോവിയറ്റ് ലാന്റ് പുരസ്കാരവും നെഹ്റു പുരസ്കാരവും മാസ്റ്ററെ തേടിയെത്തി.

വിമർശന സാഹിത്യകാരൻ

മലയാള വിമർശന സാഹിത്യത്തെ സർഗാത്മക സാഹിത്യത്തിനൊപ്പം ചൈതന്യമാക്കാൻ യത്നിച്ച ജോസഫ് മുണ്ടശ്ശേരി സാഹിത്യത്തിന്റെ ഒട്ടു മിക്ക മേഖലകളിലും കൈവെച്ചിട്ടുണ്ടെങ്കിലും പ്രാമാണികനായ വിമർശന സാഹിത്യകാരൻ എന്ന നിലയിലാണ്

സാഹിത്യലോകത്ത് അറിയപ്പെടുന്നത്. പാശ്ചാത്യ-പൗരസ്ത്യ ചിന്താസരണികളിൽ അവഗാഹം നേടിയ മാസ്റ്റർ മലയാള വിമർശന രംഗത്ത് സവിശേഷമായ രചനാ ശൈലികൊണ്ടും സമീപനം കൊണ്ടും തന്റേതായ വഴിവെട്ടിത്തുറന്നു. കൊച്ചിരാജാവിൽ നിന്ന് സാഹിത്യനിപുണൻ എന്ന സവിശേഷ ബഹുമതി നേടിയ ആദ്യത്തെ ക്രിസ്ത്യാനിയും മുണ്ടശ്ശേരിയായിരുന്നു.

ഇല കൊഴിയുന്നു

സാഹിത്യ കൈരളിക്ക് കിടയറ്റ പ്രസംഗങ്ങളും വരികളും സമ്മാനിച്ച മികച്ച രാജ്യതന്ത്രജ്ഞനും ഭരണകർത്താവുമായ മുണ്ടശ്ശേരി മാസ്റ്റർ 1977 ഒക്ടോബർ 25-ന് ശരിക്കും കൊഴിഞ്ഞ ഇലയായി മാറി. വിദ്യാഭ്യാസത്തിന്റെ മഹത്ത്വമറിയാവുന്ന ഏതൊരാളും ഇന്നും മുണ്ടശ്ശേരി മാസ്റ്ററെ ഓർക്കുന്നു. ■

ജൂലൈ 19

ബാലാമണിയമ്മ ജന്മദിനം

മാതൃത്വത്തിന്റെ കവയിത്രി ആര് എന്ന ചോദ്യമെങ്കിൽ നമുക്ക് ഒരുത്തരമേയുള്ളു-ബാലാമണിയമ്മ.

ബാലാമണിയമ്മയുടെ കവിതകൾ വായിക്കുമ്പോൾ ശിശുക്കളായി മാറുന്ന അനുഭൂതിയാണുണ്ടാകുന്നതെന്നാണ് അനുവാചകരുടെ അനുഭവം. മലയാളത്തിൽ വള്ളത്തോൾ ശൈലിയിൽ കവിത രചിച്ചവരിൽ പ്രമുഖനായ നാലപ്പാട്ടു നാരായണമേനോന്റെ മരുമകളായി 1909 ജൂലായ് 19-നാണ് തൃശ്ശൂരിലെ പുന്നയൂർക്കുളത്തെ നാലപ്പാട്ട് തറവാട്ടിൽ ചിറ്റഞ്ഞൂർ കോവിലകത്ത് കുഞ്ചുണ്ണിരാജയുടെയും നാലപ്പാട്ട് കൊച്ചുകുട്ടിയമ്മയുടെയും മകളായി ബാലാമണിയമ്മ ജനിച്ചത്. 1928ൽ മാതൃഭൂമി മാനേജിങ് ഡയറക്ടറും എഴുത്തുകാരനും എഡിറ്ററുമായിരുന്ന വി.എം. നായരെ (വടക്കേക്കര മാധവൻ നായർ) വിവാഹം ചെയ്തു.

എഴുത്തിന്റെ പാതയിൽ

നാലപ്പാട്ടു തറവാട്ടിലെ അമ്മാവന്റെ ഗ്രന്ഥശേഖരവും ശിക്ഷണവും ഔപചാരികവിദ്യാഭ്യാസം ലഭിക്കാതിരുന്ന ബാലാമണിക്ക്

മാർഗ്ഗദർശകമായി. അറിവിന്റെ അക്ഷയഖനി നുകരുവാനും അനുഭവിക്കാനും ചെറുപ്പത്തിലേ സാധിച്ചതിനാൽ സംസ്കൃതത്തിലും ഇംഗ്ലീഷിലും സ്വപ്രയത്നം കൊണ്ട് അപാരമായ പ്രാവീണ്യമായിരുന്നു ബാലാമണിയമ്മ നേടിയത്. തറവാട്ടുവളപ്പിലെ നീർമാതളവും സർപ്പക്കാവും കളമെഴുത്തുപാട്ടുമൊക്കെ കണ്ടുവളർന്ന അവർ വിശ്വസാഹിത്യ കൃതികളിൽ നിന്നും ടാഗോർ കവിതകളിൽ നിന്നും പ്രചോദനമുൾക്കൊണ്ട് ചെറുപ്രായത്തിലേ കവിതയെഴുത്തു തുടങ്ങി. ബാലാമണിയമ്മയുടെ ആദ്യ കവിതാസമാഹാരം ഇറങ്ങുന്നത് 1930ലാണ്- 'കൂപ്പുകൈ'. ലളിതവും പ്രസന്നവുമായ ശൈലിയിൽ മനുഷ്യമനസ്സിന്റെ അഗാധതയെ പ്രതിഫലിപ്പിക്കുന്നതാണ് ബാലാമണിയമ്മയുടെ കവിതകൾ. മാതൃത്വവും നിഷ്കളങ്കമായ ശൈശവഭാവവും അവയിൽ മുന്നിട്ടുനിന്നു.

മാതൃത്വത്തിന്റെ നിലാവെളിച്ചമായി കൂപ്പുകൈ

മാതൃഭാവത്തെയും മാതൃശിശു ബന്ധത്തെയും തൻമയീഭാവത്തോടെ ചിത്രീകരിച്ചുകൊണ്ട് രചിച്ച കവിതകൾ മലയാളസാഹിത്യത്തിന് വേറിട്ടൊരു അനുഭവമാണ്. 1930ൽ പ്രസിദ്ധപ്പെടുത്തിയ 'കൂപ്പുകൈ' വില്പനയിൽ അദ്ഭുതകരമായ മുന്നേറ്റമാണുണ്ടാക്കിയത്. പ്രകൃതിതത്വങ്ങളും വർണ്ണനകളും ദാർശനികതയും കാവ്യാസ്വാദകർക്ക് മാതൃത്വത്തിന്റെ നിലാവെളിച്ചമായിരുന്നു കൂപ്പുകൈ സമ്മാനിച്ചത്.

പിന്നീട് പൗരാണിക കല്പനകളെ ആസ്പദമാക്കി ജീവിതപ്രതിസന്ധികളും അന്തഃസംഘർഷങ്ങളും മൂല്യബോധവും തനതായ ശൈലിയിൽ ആവിഷ്കരിച്ചുകൊണ്ട് എഴുതിയ കവിതകളും മലയാളത്തിന് പുതിയൊരനുഭവമായിരുന്നു. നാലപ്പാട്ടിന്റെ ഗൃഹാതുരത്വവും തൈത്തെന്നൽ സ്പർശമുളവാക്കുന്ന ആഖ്യാന രീതിയും മലയാളത്തിൽ പ്രത്യേകമായൊരു സ്ഥാനമാണ് നേടിയത്.

കൃതികൾ - കൂപ്പുകൈ, അമ്മ, കുടുംബിനി, ധർമ്മമാർഗ്ഗത്തിൽ സ്ത്രീഹൃദയം, പ്രഭാങ്കുരം, ഭാവനയിൽ, ഊഞ്ഞാലിന്മേൽ, കളിക്കൊട്ട വെളിച്ചത്തിൽ, അവർ പാടുന്നു, പ്രണാമം, ലോകാന്തരങ്ങളിൽ, സോപാനം, മുത്തശ്ശി, മഴുവിന്റെ കഥ, അമ്പലത്തിൽ, നഗരത്തിൽ, വെയിലാറുമ്പോൾ, അമൃതംഗമയ, സന്ധ്യ, നിവേദ്യം, മാതൃഹൃദയം, സഹപാഠികൾ, ബാലാമണിഅമ്മയുടെ കവിതകൾ സമ്പൂർണ്ണസമാഹാരം, ജീവിതത്തിലൂടെ, അമ്മയുടെ ലോകം.

പുരസ്കാരങ്ങൾ

കൊച്ചി മഹാരാജാവായിരുന്ന പരീക്ഷിത്ത് തമ്പുരാനിൽനിന്ന് 1947ൽ 'സാഹിത്യനിപുണ' ബഹുമതി നേടി. പിന്നീട് നിരവധി പുരസ്കാരങ്ങളും ബഹുമതികളും അവരെ തേടിയെത്തി. കേരള സാഹിത്യ അക്കാദമി അവാർഡ്(1964), 'മുത്തശ്ശി', കേന്ദ്ര സാഹിത്യ അക്കാദമി അവാർഡ് (1965), 'മുത്തശ്ശി' കേരള സാഹിത്യ അക്കാദമി ഫെലോഷിപ്പ് (1979) സാഹിത്യ പ്രവർത്തക സഹകരണ സംഘം അവാർഡ് (1981), അമൃതംഗമയ, പത്മഭൂഷൺ (1987), മൂലൂർ അവാർഡ് (1988), നിവേദ്യം-സമസ്ത കേരള സാഹിത്യ പരിഷത്ത് അവാർഡ് (1990), ആശാൻ പുരസ്കാരം (1991), ലളിതാംബികാ അന്തർജ്ജനം പുരസ്കാരം (1993), വള്ളത്തോൾ പുരസ്കാരം (1993), കേന്ദ്ര സാഹിത്യ അക്കാദമി ഫെലോഷിപ്പ് (1994), എഴുത്തച്ഛൻ പുരസ്കാരം (1995), മലയാളസാഹിത്യത്തിനുള്ള സമഗ്രസംഭാവന യ്ക്കുള്ള സരസ്വതീ സമ്മാനം (1996), എൻ.വി. കൃഷ്ണവാരിയർ പുരസ്കാരം (1997).

■

ജൂലൈ 20

ഗ്രിഗർ മെൻഡൽ ജന്മദിനം

ല്യൂവാലസ്, ഡാനിയൽ ഡിഫോ, ബ്രാം സ്റ്റോക്കർ തുടങ്ങിയ പേരുകൾ കേൾക്കുമ്പോൾ നിങ്ങളുടെ മനസ്സിൽ തെളിഞ്ഞു വരുന്നതെന്താണ്? ഉത്തരം ലളിതം. ബെൻഹറിന്റെ രചയിതാവ് ല്യൂവാലാസ്, റോബിൻസൺ ക്രൂസോയുടെ സ്രഷ്ടാവ് ഡാനിയൽ ഡിഫോ, ഡ്രാക്കുളയുടെ കർത്താവ് ബ്രാം സ്റ്റോക്കർ.

എന്നാൽ മറ്റൊരു പ്രത്യേകതകൂടി ഇവയ്ക്കുണ്ട്. ഈ എഴുത്തുകാർക്കെല്ലാം പ്രശസ്തി വളരെ വൈകിയായിരുന്നു കിട്ടിയതെന്ന്. അവസാന കാലങ്ങളിലായിരുന്നു ഇവരുടെ മാസ്റ്റർപീസുകൾ അനുവാചകരിലെത്തിയത്. ശാസ്ത്രത്തിലും ഇങ്ങനെയൊരു വൈകിയ പ്രശസ്തനുണ്ട് - ഗ്രിഗർ ജൊഹാൻ മെൻഡൽ എന്ന ഗ്രിഗർ മെൻഡൽ. സ്കൂൾ ക്ലാസുകളിൽ നിങ്ങൾ ഗ്രിഗർ മെൻഡലിനെക്കുറിച്ചും അദ്ദേഹത്തിന്റെ ജനിതകം എന്ന വിപ്ലവകരമായ കണ്ടുപിടുത്തത്തെയും പഠിക്കുന്നുണ്ടല്ലോ.

എന്താണ് ജനിതക വിജ്ഞാനം?

ജൈവഗുണദോഷങ്ങൾ കഴിഞ്ഞുപോയ തലമുറകളിൽ നിന്ന് വരും തലമുറകളിലേക്ക് പകരുന്ന സംക്രമണത്തെ പഠിക്കുന്ന

ശാസ്ത്രശാഖയാണ് ജനിതകശാസ്ത്രം. ജനിതക പാരമ്പര്യഗുണ ങ്ങളുടെ തലമുറകളിലൂടെയുള്ള പരാഗണരഹസ്യങ്ങളിലേക്കും അവയിലുണ്ടാകുന്ന വ്യതിയാനങ്ങളിലേക്കും വെളിച്ചം വീശുന്ന ജീവശാസ്ത്രശാഖയാണ് ജനിതകശാസ്ത്രം എന്നാണ് പ്രശസ്ത ശാസ്ത്രകുതുകിയായ വില്യം ബെയ്റ്റ്സൺ 1905ൽ വിശേഷിപ്പിച്ചത്.

സാദൃശ്യവൈവിധ്യം

സന്താനങ്ങൾക്ക് മാതാപിതാക്കളോട് പല കാര്യത്തിലും പ്രകട മായ സാദൃശ്യമോ രൂപഭാവമോ ഉണ്ടാകാം. പക്ഷേ തനിപ്പകർപ്പാ കാനും ഇടയില്ല. ഒരേ മാതാപിതാക്കൾക്കുണ്ടാകുന്ന മക്കൾപോലും പലകാര്യങ്ങളിലും പരസ്പരം വേറിട്ട വ്യക്തിത്വമാവാം. ഈ സാദൃശ്യ വൈവിധ്യങ്ങളുടെ രഹസ്യങ്ങളിലേക്കും ഉള്ളറകളി ലേക്കും ചൂട്ടുവീശുന്നതാണ് ജനിതകത്തിന്റെ ആകെത്തുക.

ഗ്രിഗർ മെൻഡൽ വരുന്നു

തോട്ടപ്പയർചെടികളിൽ നടത്തിയ ഏതാനും പ്രജനന പരീക്ഷണ ങ്ങളിലൂടെ 1866ലോയിരുന്നു മെൻഡർ ഇതു തെളിയിച്ചത്. ജീവി കളുടെ ജൈവപ്രവർത്തനങ്ങളെല്ലാം ഡി.എൻ.എ തന്മാത്രയിലടങ്ങി യിട്ടുള്ള ജനിതക വിവരങ്ങളെയാണ് ആശ്രയിച്ചിരിക്കുന്നത്. ഡി ഓക്സി റൈബോ ന്യൂക്ലിക് ആസിഡ് എന്നതിന്റെ ചുരുക്കുരൂപ മാണ് ഡി.എൻ.എ.

ഗ്രിഗറാകുന്നു

ആസ്ത്രേലിയയിലെ സൈലേഷ്യയിൽ 1822 ജൂലായ് 20-നാണ് മെൻഡൽ ജനിച്ചത്. പ്രാഥമിക വിദ്യാഭ്യാസത്തിനുശേഷം അന്ന് ആസ്ത്രേലിയയുടെ ഭാഗമായിരുന്ന ബ്രൺ എന്ന പട്ടണത്തിലെ അഗസ്റ്റീനിയൻ സന്ന്യാസി സെമിനാരിയിൽ ചേർന്ന് പഠനം തുടർന്നു. ഗ്രിഗർ എന്ന സ്ഥാനപ്പേര് അവിടുന്ന് സമ്പാദിച്ചു. സെമി നാരിയിലെ സ്കോളർഷിപ്പ് തുക വിയന്നാ യൂണിവേഴ്സിറ്റിയിൽ ഉപരിപഠനത്തിനു ചിലവഴിച്ച മൂന്നു വർഷത്തെ പഠനത്തിനുശേഷം ഗണിതശാസ്ത്രത്തിൽ അവഗാഹം നേടി അദ്ദേഹം മടങ്ങിയെ ത്തുകയും സെമിനാരി വിദ്യാലയത്തിൽ അധ്യാപകനായി ഔദ്യോ ഗിക ജീവിതം ആരംഭിക്കുകയും ചെയ്തു. പക്ഷേ, പിന്നീട് എഴുതിയ

അധ്യാപക പരീക്ഷയിൽ വിജയിക്കാനൊത്തില്ല. ഏറെ രസകരമായ സംഗതി, തോറ്റ വിഷയങ്ങളിലൊന്ന് ജീവശാസ്ത്രമായിരുന്നുവെന്ന താണ്.

സഫലമാകുന്ന ആത്മവിശ്വാസം

പിന്നീട് പരീക്ഷണങ്ങളായിരുന്നു മെൻഡലിന്റെ ജീവിതം മുഴുവൻ. തോട്ടപ്പയറുകളുടെ പ്രജനനം സംബന്ധിച്ച് ദീർഘനാള ത്തെ പരീക്ഷണ നിരീക്ഷണ ഫലങ്ങൾ ക്രോഡീകരിച്ച് ഒരു പ്രബ ന്ധമായി സമർപ്പിച്ചുവെങ്കിലും അർഹിക്കുന്ന അംഗീകാരമോ പ്രോ ത്സാഹനമോ അദ്ദേഹത്തിനു ലഭിക്കുകയുണ്ടായില്ല. ഈ കാലയള വിൽ(1865) തേനീച്ചകളിലും തന്റെ പരീക്ഷണങ്ങൾ നടത്തുകയു ണ്ടായി. അതും പക്ഷേ, വിജയത്തിലെത്തിയില്ല. നിരാശനാകാതെ എന്നെങ്കിലുമൊരിക്കൽ തന്റെ ലക്ഷ്യങ്ങൾ വിജയിക്കുക തന്നെ ചെയ്യുമെന്ന ദൃഢമായ ആത്മവിശ്വാസം 1900ൽ സാഫല്യമടഞ്ഞു.

മ്യൂട്ടേഷൻ

ഉൽപരിവർത്തനം എന്നർത്ഥം വരുന്ന മ്യൂട്ടേഷൻ എന്നാൽ, ജീവ ജാലങ്ങളുടെ പാരമ്പര്യ ഗുണങ്ങൾക്ക് നിദാനമായ ജീനുകളുടെയോ അവയുടെ വാഹകങ്ങളായി വർത്തിക്കുന്ന ക്രോമോസോമുകളു ടെയോ ഘടനയിലോ, സംഖ്യയിലോ പൊടുന്നനെയുണ്ടാകുന്ന വ്യതിയാനം എന്നാണർത്ഥം. ഇവ രണ്ടു തരത്തിൽ സംഭവിക്കുന്നു. ഒന്ന് കോശത്തിലെ ക്രോമോസോമുകളുടെ സ്ഥൂലഘടനയിൽ/ എണ്ണത്തിൽ വരുന്ന മാറ്റമാണ് - ക്രോമോസോമിക് മ്യൂട്ടേഷൻ. രണ്ട് ജീനുകളുടെ രാസഘടനയായ ഡി.എൻ.എയുടെ സൂക്ഷ്മഘടനയിൽ സംഭവിക്കുന്ന വ്യതിയാനമാണ് ജീൻ മ്യൂട്ടേഷൻ.

ദോഷങ്ങൾ

മ്യൂട്ടേഷനുകൾ കോശങ്ങളിൽ പ്രതികൂലമായി ഭവിക്കുകയും ചെയ്യാറുണ്ട്. ജീവകോശങ്ങളിലെ ജനിതകസംബന്ധമായ വളർച്ചാ പ്രക്രിയകളുടെ അനുകൂലഘടങ്ങളെ തകിടം മറിക്കുന്നവ കൂടിയായ തിനാൽ അത്തരം ജീവികളിൽ ഗുണത്തിലേറെ ദോഷമായാണ് ഭവിക്കുന്നത്. ചില അപൂർവ്വം സന്ദർഭങ്ങളിൽ മാത്രം ഗുണപ്രദ മായും മ്യൂട്ടേഷനുകൾ നിലകൊള്ളാറുണ്ട്. സാധാരണ ജീവജാല ങ്ങളിൽ അപൂർവ്വമായി മാത്രമേ ഉൽപരിവർത്തനം സംഭവിക്കാറുള്ളൂ.

ആധുനിക ഉപകരണങ്ങളായ എക്സറേ, ഗാമാ-റേ,ന്യൂട്രോണുകൾ, മസ്റ്റാർഡ് ഗാസ് തുടങ്ങിയവയുടെ പ്രവർത്തനത്തിനു വിധേയമാകുന്ന ജീവകോശങ്ങളിൽ മ്യൂട്ടേഷന്റെ സംഖ്യ വർധിക്കുന്നതായി പരീക്ഷണങ്ങൾ സാക്ഷ്യം വഹിച്ചിട്ടുണ്ട്.

ക്ഷമയും സഹനവും

മറ്റു ചില ജീവശാസ്ത്രജ്ഞരുടെ പഠനങ്ങളും കണ്ടെത്തലുകളും ഗ്രിഗർമെൻഡലിന്റെ പഠനങ്ങളെ ശരി വെച്ചതോടെ ബന്ധപ്പെട്ടവർ അദ്ദേഹത്തെ ശ്രദ്ധിക്കാൻ തുടങ്ങി. അങ്ങനെ പാരമ്പര്യ ഗുണങ്ങളുടെ തലമുറകളായുള്ള സംക്രമണ-ജനിതകത്തെ (Genetics) ജീവശാസ്ത്രരംഗം അംഗീകരിച്ചു. ക്ഷമയും സഹനവുമുണ്ടെങ്കിൽ നമ്മുടെ കഴിവ് എന്നെങ്കിലും ആദരിക്കപ്പെടുമെന്ന് അദ്ദേഹത്തിന്റെ ജീവിതം നമ്മെ പഠിപ്പിക്കുന്നു.

1884 ജനുവരി 6-ന് ഗ്രിഗർ മെൻഡൽ അന്തരിച്ചു. ■

ജൂലൈ 22

കൊട്ടാരത്തിൽ ശങ്കുണ്ണി ചരമദിനം

പച്ചമലയാള പ്രസ്ഥാനത്തെ പരിപോഷിപ്പിച്ചവരിൽ പ്രമുഖനായ കൊട്ടാരത്തിൽ ശങ്കുണ്ണി മലയാളത്തിനും മലയാളിക്കും മറക്കാനാവാത്ത ഒരു വ്യക്തിത്വമാണ്. 'ഐതിഹ്യമാല' എന്ന 126 ഐതിഹ്യങ്ങളുടെ സമാഹാരം പണ്ടുകാലത്ത് കേരളനാടിന്റെ മുക്കിലും മൂലയിലും പ്രചരിച്ചിരുന്ന അജ്ഞാതകർതൃകങ്ങളായ കഥകളാണ് പറയുന്നത്. മലയാളമനോരമയുടെ സ്ഥാപകൻ കണ്ടത്തിൽ വറുഗീസ് മാപ്പിളയുടെ ഉറ്റചങ്ങാതിയും മനോരമയിലെ ഉദ്യോഗസ്ഥനുമായിരുന്ന ശങ്കുണ്ണി കവിതയിലും പ്രാവീണ്യം തെളിയിച്ച പേരുകേട്ട വൈയാകരണനുമായിരുന്നു. മലയാളത്തിലെന്നതുപോലെ സംസ്കൃതത്തിലും കേമനായിരുന്നു ശങ്കുണ്ണി.

ജീവിതരേഖ

കോട്ടയം ജില്ലയിലെ കോടിമതയിൽ 1855 ഏപ്രിൽ 4-നാണ് ശങ്കുണ്ണി ജനിച്ചത്. തറവാട്ടിലെ വിദ്യാഭ്യാസം ശുഷ്കമായിരുന്നു. യഥാർത്ഥ പേര് വാസുദേവൻ. അച്ഛന്റെ പേരും ഇതുതന്നെയായിരുന്നതിനാൽ ആദ്യം തങ്കു എന്നും പിന്നീട് തങ്കു മാറി 'ശങ്കു'

എന്നും വിളിപ്പേരു വന്നു. ജാതിപ്പേരായ ഉണ്ണി ചേർത്ത് പിൽക്കാലത്ത് ശങ്കുണ്ണി എന്നു പ്രസിദ്ധനായി. 17 വയസ്സിനുശേഷം പഠനം പുരോഗമിച്ചു. പത്തുവയസ്സുവരെ ആശാന്മാരുടെ വീടുകളിൽ ചെന്നു പഠിച്ചു. (സ്കൂൾ വിദ്യാഭ്യാസം ഉണ്ടായിട്ടില്ല.) പതിനേഴാമത്തെ വയസ്സിൽ മണർകാട്ട് ശങ്കരവാര്യരിൽ നിന്നും 'സിദ്ധരൂപം' പഠിച്ചു. പിന്നീട് വയസ്കര ആര്യൻ നാരായണം മൂസ്സതിൽനിന്ന് രഘുവംശം, മാഘം, നൈഷധം തുടങ്ങിയ കാവ്യങ്ങളും സഹസ്രയോഗം, ഗുണപാഠം, ചികിത്സാക്രമം, അഷ്ടാംഗഹൃദയം തുടങ്ങിയ പാരമ്പര്യ വൈദ്യശാസ്ത്ര ഗ്രന്ഥങ്ങളും പഠിച്ചു. 1881ൽ ഗൃഹഭരണം ഏറ്റെടുക്കേണ്ടി വന്നതോടെ ഗുരുവിനെ വിട്ട് പഠനം സ്വയം തുടർന്നു. കോട്ടയത്തെ എം.ഡി സെമിനാരി ഹൈസ്കൂളിൽ മലയാള ഭാഷാധ്യാപകനായി സേവനമനുഷ്ഠിച്ചിരുന്ന ശങ്കുണ്ണിക്ക് പാരമ്പര്യമായി കിട്ടിയ വൈദ്യശാസ്ത്രത്തിലും വ്യുൽപത്തിയുണ്ടായിരുന്നു.

സ്കൂളിൽ പഠിക്കാത്ത അധ്യാപകൻ

കണ്ടത്തിൽ വർഗീസ് മാപ്പിള ഗദ്യസാഹിത്യത്തിൽ പ്രോത്സാഹിപ്പിച്ചതു പോലെ പദ്യരചനയിൽ തത്പരനാക്കിയത് കൊടുങ്ങല്ലൂർ കുഞ്ഞിക്കുട്ടൻ തമ്പുരാനായിരുന്നു. കുഞ്ഞിക്കുട്ടൻ തമ്പുരാന്റെ നിർബന്ധത്തിനു വഴങ്ങിയാണ് 36-ാമത്തെ വയസ്സിൽ സുഭദ്രാഹരണം മണിപ്രവാളം എഴുതിയത്. പിന്നീട് കേശവദാസചരിതം രചിച്ചതും തമ്പുരാന്റെ നിർബന്ധത്താലായിരുന്നു.

1881 മുതൽ പന്ത്രണ്ടു വർഷത്തോളം ശങ്കുണ്ണി വിദേശീയരായ ബ്രിട്ടീഷ് ഉദ്യോഗസ്ഥരേയും മറ്റും മലയാളം പഠിപ്പിക്കുവാൻ തുടങ്ങി. 1893ൽ മാർ ദിവാന്നാസ്യോസ് സെമിനാരി ഹൈസ്കൂളിലെ ആദ്യമലയാളം മുൻഷിയായി ജോലിയിൽ പ്രവേശിക്കുന്നതുവരെ ഇതായിരുന്നു അദ്ദേഹത്തിന്റെ പ്രധാന വരുമാനമാർഗ്ഗം. പിന്നീടാണ് അക്കാലത്തെ കവിസമ്മേളനങ്ങളിലും മറ്റു സാഹിത്യവേദികളിലും ശങ്കുണ്ണി നിറസാന്നിധ്യമായി മാറുന്നത്. 1809-ൽ മലയാള മനോരമയിലെ കവിതാപംക്തി ഇദ്ദേഹമായിരുന്നു കൈകാര്യം ചെയ്തിരുന്നത്. മറ്റൊരു സ്കൂളിലും പഠിച്ചിട്ടുകൂടിയില്ലാതെ സമർത്ഥനായ വാദ്ധ്യാർ എന്ന പെരുമ നേടിയെടുത്തത് ശങ്കുണ്ണിയുടെ ഔദ്യോഗിക ജീവിതത്തിന്റെ പൊൻതൂവലായി നിരൂപകർ കാണുന്നു.

അക്കാലത്തെ പ്രധാന സാഹിത്യ പ്രസിദ്ധീകരണങ്ങളിൽ ശങ്കുണ്ണി പതിവായി എഴുതിയിരുന്നു. ഭാഷാപോഷിണി, ലക്ഷ്മീഭായി, കവന കൗമുദി, വിദ്യാവിനോദിനി എന്നിവ ഉദാഹരണം.

പച്ചമലയാളം

മലയാളസാഹിത്യഭാഷയിൽ സംസ്കൃതത്തിന്റെ അതിപ്രസരം വല്ലാതെ വർധിച്ചപ്പോൾ അതിനെതിരായി വളർന്നുവന്ന ആശയങ്ങളുടെ കൂട്ടായ്മയാണ് പച്ചമലയാളം. അന്യഭാഷാ പദങ്ങൾ വിശേഷിപ്പിച്ചും സംസ്കൃതം കലരാത്ത മലയാളമാണിത്. പത്തൊമ്പതാം ശതകത്തിന്റെ മധ്യകാലം കാവ്യഭാഷയും കാവ്യരൂപവും ഒരു പരിധി വരെ പൂർണ്ണമായും മലയാളമാക്കാൻ ഈ ഒഴുക്ക് സഹായിച്ചു. മലയാളത്തിലുണ്ടായ വലിയ മാറ്റങ്ങളുടെ മുന്നൊരുക്കമായി പച്ച മലയാളത്തെ കാണുന്നവരുണ്ട്. കൊടുങ്ങല്ലൂർ കുഞ്ഞിക്കുട്ടൻ തമ്പുരാനായിരുന്നു ആദ്യമായി പച്ചമലയാളത്തിലൊരു കൃതി രചിക്കുന്നത്. അങ്ങനെ പച്ചമലയാള പ്രസ്ഥാനം എന്നൊരു കാവ്യ സരണി തന്നെ ഉദ്ഭവിച്ചു. കൊട്ടാരത്തിൽ ശങ്കുണ്ണി പ്രമുഖ പച്ച മലയാള സാഹിത്യകുതുകിയായിരുന്നു.

ഐതിഹ്യമാല

കേരളത്തിന്റെ അകത്തും പുറത്തുമുള്ള പ്രസിദ്ധങ്ങളായ 128 ഐതിഹ്യകഥകൾ ഉൾപ്പെടുത്തിയതാണ് ‘ഐതിഹ്യമാല’ എന്ന ഗ്രന്ഥം. ജനപ്രിയ സാഹിത്യമെന്ന നിലയിലാണ് ഐതിഹ്യമാല ഗണിച്ചുപോരുന്നത്. മലയാള മനോരമയിലായിരുന്നു ഇത് പ്രസിദ്ധീകരിച്ചു വന്നത്. ഇതിലെ 126 ഐതിഹ്യകഥകളും എട്ടുഭാഗങ്ങളിലായി 1909,1914,1925,1926,1927, 1929, 1932,1934 എന്നീ വർഷങ്ങളിൽ പ്രകാശിതങ്ങളായി.

രണ്ടാംഭാഗം മുതൽ ആദ്യത്തെ ഐതിഹ്യം ഏതെങ്കിലുമൊരു ക്ഷേത്രത്തെ ചുറ്റിപ്പറ്റിയാണ്. അന്ത്യത്തിൽ ഒരു ആനക്കഥയും കാണും. കൊട്ടാരത്തിൽ ശങ്കുണ്ണി സ്മാരക സമിതി കോട്ടയത്തെ കറന്റ് ബുക്സിന്റെ സഹകരണത്തോടെ ഇത് പുനഃപ്രസിദ്ധീകരിച്ചിട്ടുണ്ട്. ദേശചരിത്രങ്ങളും വ്യക്തിചരിത്രങ്ങളും ഇതിൽ ഇതൾ വിരിയുന്നുണ്ട്. തിരുവിതാംകൂർ, കൊച്ചി, ബ്രിട്ടീഷ് മലബാർ എന്നീ

രാജസദസ്സുകളിൽ നിന്നും എണ്ണമറ്റ സ്ഥാനങ്ങളും സമ്മാനങ്ങളും അദ്ദേഹത്തെ തേടിയെത്തി.

ഏതു വിഭാഗത്തിലുള്ള വായനക്കാർക്കും ദഹിക്കുന്നതും രസിക്കുന്നതുമായിരുന്നു ഐതിഹ്യമാലയുടെ ഭാഷ. മനോരമയിലും ഭാഷാപോഷിണിയിലും വെളിച്ചം കണ്ട ഐതിഹ്യങ്ങൾ കേരളത്തിന്റെ 'കഥാസരിത് സാഗരം' ആണെന്നാണ് അവതാരകൻ അമ്പലപ്പുഴ രാമവർമ്മ അഭിപ്രായപ്പെട്ടിട്ടുള്ളത്. ആഢ്യന്മാരായ പണ്ഡിതവൃന്ദത്തിലും മേലേയ്ക്കിടയിലുള്ളവരുടെ മധ്യത്തിലും ഒതുങ്ങി നിന്നിരുന്ന ഐതിഹ്യകഥകൾ സാധാരണക്കാരിലേക്ക് എത്തിച്ചേർന്നുവെന്ന വസ്തുത വേറിട്ടു നിൽക്കുന്നു.

ദേശചരിതം, ക്ഷേത്രപ്രതിഷ്ഠ, മഹത്ചരിതം എന്നീ വിഷയങ്ങളിലായി കടമറ്റത്തുകത്തനാർ, കായംകുളം കൊച്ചുണ്ണി, കുളപ്പുറത്തുഭീമൻ എന്നീ നായകന്മാരും കല്ലൂർമന, പാഴൂർപടിപ്പുര തുടങ്ങിയവയുമായി ബന്ധപ്പെട്ട കഥകളും ഐതിഹ്യമാലയിൽ സമാഹരിച്ചിട്ടുണ്ട്. കൂടുതലും കേരളീയ പശ്ചാത്തലത്തിലാണ് വിരചിതമായിട്ടുള്ളത്. ചില കഥകൾ ചരിത്രപരമായിപോലും ചേർന്നു നിൽക്കുന്നവയാണ്. കൊല്ലവർഷം1073 (1898) മുതൽ ഐതിഹ്യമാലയുടെ രചന തുടങ്ങി. വർഗീസ് മാപ്പിളയുടെ പ്രേരണമൂലം മനോരമയിലും ഭാഷാപോഷിണിയിലും ഖണ്ഡശഃ പ്രസിദ്ധീകരിക്കാനായിട്ടായിരുന്നു ഐതിഹ്യമാല തുടങ്ങിവെച്ചതെങ്കിലും പിന്നീട് ഏതാണ്ട് ശങ്കുണ്ണിയുടെ മരണംവരെ രചന തുടർന്നു പോന്ന ഒരു പുസ്തകപരമ്പരയായി ഐതിഹ്യമാല മാറി.

ഇത് ആദ്യമായി ഗ്രന്ഥരൂപത്തിൽ പ്രസിദ്ധീകരിക്കുന്നത് 1904-34 കാലഘട്ടത്തിൽ 8 വാല്യങ്ങളായി 'മംഗളോദയം' കമ്പനിയായിരുന്നു. ഐതിഹ്യമാലയിലെ ക്ഷേത്രകഥകൾ,ആനക്കഥകൾ, മാന്ത്രിക കഥകൾ എന്നിങ്ങനെ മൂന്നു സമാഹാരങ്ങളായി ഇന്ന് വിപണിയിലുണ്ട്. നൂറിലേറെ വർഷമായി ഐതിഹ്യമാല ഇന്നും കൂടുതൽ കൂടുതൽ വായനക്കാരുടെ തലമുറകൾ കടന്ന് മുന്നേറിക്കൊണ്ടിരിക്കുന്നു.

ഐതിഹ്യമാല എന്ന ബൃഹത്കഥയ്ക്കു പുറമെ 13 മണിപ്രവാള കൃതികളും 3 സംസ്കൃതവിവർത്തനങ്ങളും 8 കൈകൊട്ടിക്കളിപ്പാട്ടുകളും 4 പുരാതന കഥകളും 2 കല്പിതകഥകളും 5 ആട്ടകഥകളും

6 ശീതങ്കൻ തുള്ളലുകളും 2 തുള്ളൽപ്പാട്ടുകളും 2 വഞ്ചിപ്പാട്ടുകളുമായി കൃതികൾ നീണ്ടുകിടക്കുന്നു ശങ്കുണ്ണിയുടെതായി.

ശങ്കുണ്ണിയുടെ കൃതികൾ

വിവിധ മേഖലകളിൽ ഒത്തിരി ഗ്രന്ഥങ്ങൾ എഴുതിയെങ്കിലും ഐതിഹ്യമാലയുടെ കർത്താവ് എന്ന പേരിലാണ് അദ്ദേഹം ഏറെ പ്രസിദ്ധി നേടിയത്. മണിപ്രവാള കൃതികൾ, നാടകങ്ങൾ, പരിഭാഷകൾ, കല്പിതകഥകൾ, ആട്ടക്കഥകൾ, കിളിപ്പാട്ട്, കൈകൊട്ടിപ്പാട്ട്, തുള്ളൽപ്പാട്ട്, വഞ്ചിപ്പാട്ട്, ഗദ്യപ്രബന്ധങ്ങൾ എന്നീ വിഭാഗങ്ങളിലായി അറുപത് കൃതികൾ അദ്ദേഹം രചിച്ചിട്ടുണ്ട്. സുഭദ്രാഹരണം, രാജാകേശവദാസചരിത്രം, കേരളവർമശതകം, കുചേലഗോപാലം, സീമന്തിനി ചരിതം, വിക്രമോർവ്വശീയം, മാലതീമാധവം, രവിവർമ, ജാനകീപരിണയം, ദേവിവിലാസം, നിവാതകാലകേയവധം, വിനായക മഹാത്മ്യം, അധ്യാത്മ രാമായണം വിവർത്തനം, വിശ്വാമിത്ര ചരിതം, കേരളകവികൾ, ക്ഷേത്രമാഹാത്മ്യം, സ്മരണാവലി എന്നിവ ഏറെ ശ്രദ്ധിക്കപ്പെട്ടിട്ടുണ്ട്.

ഐതിഹ്യമാലയിൽ നിന്ന് ക്ഷേത്രസംബന്ധമായ എട്ട് ഉപന്യാസങ്ങൾ തിരഞ്ഞെടുത്തു സമാഹരിച്ചതാണ് ക്ഷേത്രമാഹാത്മ്യം. ചില കേരളിയ കവികളെക്കുറിച്ചുള്ള വിവരണമാണ് 'കേരളീയ കവികൾ' എന്ന ഗ്രന്ഥത്തിലുള്ളത്. ഹരിശ്ചന്ദ്രോപാഖ്യാനമാണ് 'വിശ്വാമിത്രചരിത്ര'ത്തിന്റെ കഥാതന്തു.

മലയാള മനോരമയെക്കുറിച്ചും സുഹൃത്തായ കണ്ടത്തിൽ വറുഗീസ് മാപ്പിള, കൊടുങ്ങല്ലൂർ കൊച്ചുണ്ണിത്തമ്പുരാൻ, കൊടുങ്ങല്ലൂർ കുഞ്ഞിക്കുട്ടൻ തമ്പുരാൻ, കേരളവർമ വലിയ കോയിത്തമ്പുരാൻ എന്നീ സഹൃദയരെക്കുറിച്ചും മറ്റു ചില കവിഹൃദയങ്ങളെക്കുറിച്ചും 'സ്മരണാവലി'യിൽ പ്രതിപാദിച്ചിരിക്കുന്നു.

'സുഭദ്രാഹരണം' മണിപ്രവാളമാണ് ശങ്കുണ്ണിയുടെ പ്രഥമകൃതി. മൂന്നു ശതകങ്ങളിലായി 300 ശ്ലോകങ്ങളുള്ള ഈ കൃതി 1891ലാണ് രചിച്ചത്. 'കേരളവർമശതകം' എന്ന കൃതി കേരളവർമയുടെ ഷഷ്ട്യബ്ദപൂർത്തി പ്രമാണിച്ച് രചിച്ചതാണ്. ജാനകിപരിണയം ഒരു സ്വതന്ത്രസാമുദായിക നാടകം 'രാജാ കേശവദാസചരിത്രം' അയ്യപ്പൻപിള്ള ഇംഗ്ലീഷിൽ പ്രസിദ്ധപ്പെടുത്തിയ ഉപന്യാസത്തെ

ഉപജീവിച്ചെഴുതിയ കൃതിയാണ്. 'കുചേല ഗോപാലം' ദൃശ്യകല കളിൽ താത്പര്യമുണ്ടായിരുന്ന കാലത്ത് ശങ്കുണ്ണി രചിച്ച രൂപകം. 'ദേവി വിലാസം' ബൈബിളിലെ ജനോവാ പർവ്വതത്തിൽ നിന്നു രുത്തിരിഞ്ഞ നാടകമാണ്. (രവിവർമ-ടി ലക്ഷ്മണൻ പിള്ള എന്ന വിദ്വാൻ തമിഴിൽ പ്രസിദ്ധപ്പെടുത്തിയ നാടകത്തിന്റെ മലയാളവിവർ ത്തനം.)

മണിപ്രവാള കൃതികൾ - സുഭദ്രാഹരണം, രാജാകേശവദാസ ചരിത്രം, കേരളവർമ്മശതകം, ലക്ഷ്മീബായി ശതകം, ആസന്ന മരണ ചിന്താശതകം, മാടമഹീശശതകം, യാത്രാചരിതം, അത്ത ച്ഛമയ സപ്തതി, മുറജപചരിതം, കപോതസന്ദേശം, ഗൗളീശാസ്ത്രം (തർജ്ജമ), അദ്ധ്യാത്മരാമായണം (തർജ്ജമ), ശ്രീ സേതുലക്ഷ്മീ ഭായി മഹാരാജ്ഞിചരിതം

കിളിപ്പാട്ട് - വിനായക മാഹാത്മ്യം

ഭാഷാനാടകങ്ങൾ, തർജ്ജമ - മാലതീമാധവം, വിക്രമോർവ്വശീ യം, രവിവർമ്മ

പുരാണകഥകൾ - കുചേലഗോപാലം, സീമന്തിനീചരിതം, പാഞ്ചാ ലധനഞ്ജയം, ഗംഗാവതരണം

കല്പിതകഥകൾ - ദേവീവിലാസം, ജാനകീപരിണയം

ആട്ടക്കഥകൾ - ശ്രീരാമപട്ടാഭിഷേകം, ശ്രീരാമവതാരം, സീതാവി വാഹം, ഭൂസുരഗോഗ്രഹണം, കിരാതസൂനുചരിതം

കൈകൊട്ടിക്കളിപ്പാട്ടുകൾ - നിവാതകവചകാലകേയവധം, ശ്രീമൂ ലരാജവിലാസം, വിക്ടോറിയാചരിതം, ധ്രുവചരിതം, ശോണദ്രീ ശ്വരീമഹാത്മ്യം, ആർദ്രാചരിത്രം, ഭദ്രോൽപ്പത്തി, ഓണപ്പാന

തുള്ളൽപ്പാട്ട് - ശ്രീഭൂതനാതോദ്ഭവം, ശ്രീമൂലമഹാരാജഷഷ്ടി പൂർ ത്തിമഹോത്സവം, കല്യാണമഹോത്സവം, ശ്രീശങ്കരവിലാസം, തി രുമാടമ്പുമഹോത്സവം, സ്ഥാനാരോഹണമഹോത്സവം

വഞ്ചിപ്പാട്ടുകൾ - കല്യാണമഹോത്സവം, സീതാസ്വയംവരം

ഗദ്യപ്രബന്ധങ്ങൾ- നൈഷധം, വിക്രമോർവ്വശീയ നാടകകഥാസം ഗ്രഹം, വിശ്വാമിത്ര ചരിത്രം, അർജുന, ശ്രീകൃഷ്ണൻ

ഐതിഹ്യമാല (8 ഭാഗങ്ങളായി ആദ്യത്തെ പ്രകാശനം)

പുരസ്കാരങ്ങൾ, ബഹുമതികൾ

മലയാളത്തിലെന്നതുപോലെ സംസ്കൃതത്തിലും പദ്യരചന നടത്തിയിരുന്ന ശങ്കുണ്ണിയുടെ പല കൃതികളും തിരുവിതാംകൂർ, കൊച്ചി, മലബാർ, പ്രദേശങ്ങളിലെ ഹൈസ്കൂളുകളിലും മദിരാശി സർവ്വകലാശാലയിലും പാഠപുസ്തകങ്ങളായിരുന്നിട്ടുണ്ട്.

അന്നത്തെ ഭാഷാപോഷിണി സഭ നടത്തിയ പല മൽസരങ്ങളിലും പങ്കെടുക്കുകയും സമ്മാനങ്ങൾ നേടുകയും ചെയ്തിരുന്ന ശങ്കുണ്ണിക്ക് കൊച്ചിരാജാവിന്റെ ഷഷ്ടിപൂർത്തി പ്രമാണിച്ച് രാജസദസ്സിൽ വെച്ച് 1904ൽ കൊച്ചി രാജാവ് സമ്മാനിച്ച 'കവിതിലകൻ' എന്ന സ്ഥാനവും സ്വർണ്ണമെഡലും എടുത്തുപറയേണ്ടതാണ്. അതോടൊപ്പം തിരുവിതാംകൂർ, കൊച്ചി ഭരണാധികാരികളിൽ നിന്നും നിരവധി സമ്മാനങ്ങളും ലഭിച്ചു. കൂടാതെ നാട്ടുരാജ്യങ്ങളിലെ രാജാക്കന്മാരും സമ്മാനങ്ങൾ നൽകിയിരുന്നു.

സംസ്കൃതത്തിലും ശബ്ദാർത്ഥാങ്കാരങ്ങൾക്കു അനുകൂലമായി കാവ്യങ്ങൾ രചിക്കാൻ വിരുതുണ്ടായിരുന്നു ശങ്കുണ്ണിക്ക്. ■

ജൂലൈ 25

ബംഗാളി സാഹിത്യകാരൻ താരാശങ്കർ ബാനർജിയുടെ ജന്മദിനം

1976ൽ ഭാരതീയ ജ്ഞാന പീഠപുരസ്ക്കാരം നേടിയ 'ഗണദേവത'യുടെ രചയിതാവും ബംഗാളി നോവലുകളുടെ വികസനചരിത്രത്തിന്റെ രണ്ടാംഘട്ടത്തെ പ്രതിനിധാനംചെയ്യുന്ന എഴുത്തുകാരൻ കൂടിയാണ് താരാശങ്കർ ബാനർജി. ബംഗാളി നോവൽ സാഹിത്യ ചരിത്രമെടുത്തു നോക്കിയാൽ അഗ്രഗണ്യ സ്ഥാനമാണ് താരാശങ്കർ ബന്ദോപാധ്യായ എന്ന ബാനർജിക്ക്. 1930മുതൽ 1950 വരെയുള്ള ബംഗാളി നോവൽ രംഗത്തെ വികാസചരിത്രത്തിന്റെ മുഖ്യഭാഗഭാക്കായിരുന്ന ബാനർജി 1893 ജൂലായ് 25-ന് ബംഗാളിൽ ജനിച്ചു. ഇന്ത്യൻ സ്വാതന്ത്ര സമര പ്രവർത്തനങ്ങളിൽ പങ്കെടുത്ത് 1930ൽ ജയിൽവാസവുമനുഭവിച്ചിരുന്നു. ബംഗാളി സാഹിത്യ മണ്ഡലത്തെ പരിപോഷിപ്പിച്ച ഇദ്ദേഹത്തിൽ നിന്ന് 168 കഥകളും 57 നോവലുകളും ഏതാനും കവിതകളും നാടകങ്ങളും പ്രബന്ധങ്ങളും യാത്രാവിവരണങ്ങളും ഭാരതത്തിനു ലഭിച്ചു.

ഗണദേവത

1967ൽ ജ്ഞാനപീഠ പുരസ്കാരം നേടിയ നോവലാണ് 'ഗണദേവത'. ഒരു ഗ്രാമമാണ് നോവലിന്റെ മുഖ്യപ്രമേയം. ചണ്ഡീമണ്ഡപം എന്ന ഗ്രാമത്തിൽ കഥ ആരംഭിക്കുന്നു. ജമീന്ദാർമാരുടെ ചൂഷണവും തന്നിഷ്ടവും ദുരയും നിമിത്തം ദേശത്തിന്റെ തനതു സംസ്കാരം നശിക്കുന്നതും ജനങ്ങളാൽ തെരഞ്ഞെടുക്കപ്പെട്ട പ്രതിനിധികൾ വിദേശഭരണവും മുതലാളിത്ത സംസ്കാരവും വളർത്തുന്ന വർണ്ണപ്പൊലിമയിൽ പെട്ട് തകർന്നടിയുന്നതും വളരെ ഹൃദയസ്പൃക്കായി ഗോവൻ എന്ന കഥാപാത്രത്തിലൂടെ ഇതൾ വിരിയുന്നു. മലയാളമുൾപ്പടെ നിരവധി ഇന്ത്യൻ ഭാഷകളിലേക്ക് ഗണദേവത പരിഭാഷപ്പെടുത്തിയിട്ടുണ്ട്.

ആരോഗ്യനികേതനം

ലോകസാഹിത്യരംഗത്തുതന്നെ ഏറ്റവും വലിയ മേന്മയവകാശപ്പെടുന്ന ഈ നോവൽ 1953-ലാണ് രചിക്കപ്പെട്ടത്. 'ജീവൻമശായ്' എന്ന ആയുർവ്വേദവൈദ്യരുടെ ജനനം മുതൽ മരിക്കുന്നതു വരെയുള്ള പരിപൂർണ്ണമായ ജീവിതകഥയാണിതിലെ പ്രധാന ഇതിവൃത്തം. സ്വാതന്ത്ര്യത്തിനു ശേഷമുള്ള ഇന്ത്യയിലെ നാട്ടിൻപുറജനതയുടെ ജീവിത പരിതഃസ്ഥിതി ഘട്ടങ്ങൾ ചടുലമായി ഇതിൽ വരച്ചു വെച്ചിരിക്കുന്നു. മലയാളത്തിൽ 1961ൽ 'ആരോഗ്യനികേതനം' എന്ന പേരിൽ പരിഭാഷപ്പെടുത്തിയ നോവൽ ഹിന്ദി, ഗുജറാത്തി, പഞ്ചാബി, സിന്ധി, തമിഴ്, തെലുങ്ക്, ഉറുദു ഭാഷകളിലും ലഭ്യമാണ്. സാഹിത്യ അക്കാദമി അവാർഡും ടാഗോർ സമ്മാനവും നോവലിന് യഥാകാലങ്ങളിൽ ലഭിച്ചു.

ബംഗാളി സാഹിത്യലോകത്തെന്നപോലെ മലയാളത്തിനും സുപരിചിതനായ ഇദ്ദേഹം 1971 സെപ്തംബർ 14ന് അന്തരിച്ചു.

■

ജൂലൈ 26

അഭയദേവ് ചരമദിനം

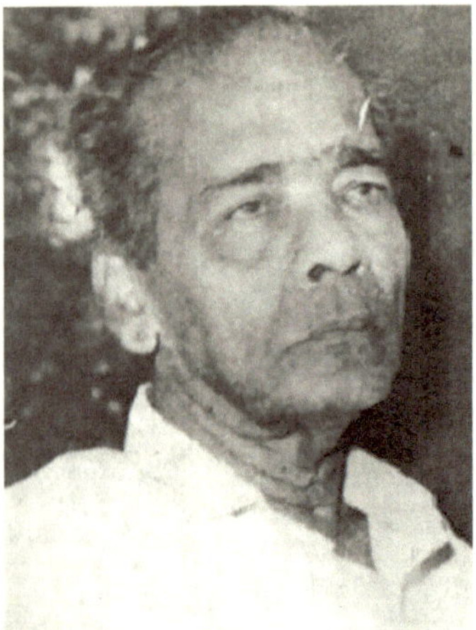

ഇരയിമ്മൻ തമ്പിക്കുശേഷം മലയാളത്തിനു മികച്ച താരാട്ടുപാട്ടുകൾ സമ്മാനിച്ച അഭയദേവ് മലയാള സിനിമയുടെ തുടക്കത്തിൽ, ലാളിത്യമാർന്ന രചനാശൈലികൊണ്ട് ആസ്വാദക ഹൃദയങ്ങളിൽ ഇടം നേടിയവരിൽ പ്രമുഖനാണ്. മലയാള ചലച്ചിത്രത്തിനുവേണ്ടി ആദ്യമായി താരാട്ടുപാട്ടുകൾ എഴുതിയ ശ്രദ്ധേയനായ രചയിതാവും ഹിന്ദി ഭാഷാപണ്ഡിതനും നിഘണ്ടുകാരനും പത്രപ്രവർത്തകനും നാടകകൃത്തും വിവർത്തകനും ഹിന്ദി പ്രചാരകനും സ്വാതന്ത്ര്യസമര സേനാനിയും ബഹുഭാഷാ പണ്ഡിതനുമായ അഭയദേവ് എന്ന പള്ളം അയ്യപ്പൻപിള്ള ഭാഷയിലെ പ്രഥമ സിനിമാ പ്രസിദ്ധീകരണമായ 'വിശ്വഭാരതി'യുടെ പ്രസാധകനും പത്രാധിപരുമായിരുന്നു. ചലച്ചിത്ര ഗാനരചയിതാവ്, ഹിന്ദി പണ്ഡിതൻ, നിഘണ്ടുകാരൻ എന്നീ നിലകളിൽ മുദ്ര പതിപ്പിച്ച കെ.കെ അയ്യപ്പൻ പിള്ള ഇരുപത്തി അഞ്ചാമത്തെ വയസ്സിൽ ആര്യസമാജത്തിൽ ചേർന്നപ്പോൾ സ്വീകരിച്ച പേരാണ് അഭയദേവ്.

നവയുഗം കണ്ടുകെട്ടുന്നു

കോട്ടയത്തിനടുത്ത് പള്ളം എന്ന സ്ഥലത്ത് കവിയും ഗായകനുമായിരുന്ന കരുമാലിൽ കേശവപിള്ളയുടെ പുത്രനായി 1913 ജൂൺ

25-നാണ് അയ്യപ്പൻ പിള്ള ജനിച്ചത്. (പള്ളം അയ്യപ്പൻ പിള്ള എന്നായിരുന്നു യഥാർത്ഥനാമം. ആര്യസമാജത്തിൽ ചേരുന്നതോടെയാണ് അഭയദേവ് എന്ന പേരു സ്വീകരിച്ചത്.) പള്ളത്തെ പ്രാഥമികാഭ്യാസത്തിനുശേഷം മദ്രാസ് യൂണിവേഴ്സിറ്റിയിൽ നിന്ന് ഹിന്ദി വിദ്വാൻ പരീക്ഷ പാസ്സായി ഹിന്ദിഭാഷാ പ്രചാരകനായി. 'പള്ളം അയ്യപ്പൻ പിള്ള' എന്ന പേരിൽ കവിതകളും എഴുതിയിരുന്നു. നാടകക്കമ്പനികൾക്കുവേണ്ടി നാടക ഗാനങ്ങളും നാടകങ്ങളും എഴുതിയ അയ്യപ്പൻപിള്ളയുടെ 'നവയുഗം' എന്ന നാടകം വിവാദത്തിനു വഴിയൊരുക്കി. രാജ്യദ്രോഹക്കുറ്റം ചുമത്തി അന്നത്തെ ദിവാനായിരുന്ന സി.പി രാമസ്വാമി അയ്യർ നാടകം നിരോധിച്ചു. സ്വാതന്ത്ര്യ സമരത്തിന്റെ ഭാഗമായി ഹിന്ദി പ്രചാരണവും ഖാദി പ്രചാരണവും നടത്തി. മരണംവരെ ഖാദി വസ്ത്രങ്ങൾ മാത്രം ഉപയോഗിച്ചു.

ഹിന്ദിപ്രചാരകൻ

ഹിന്ദിയിൽ വിദ്വാൻ ബിരുദം നേടിയ അഭയദേവ് വളരെനാൾ ഹിന്ദിപ്രചാരകൻ ആയിരുന്നു. 1940ൽ 'വിശ്വഭാരതി' എന്നൊരു ഹിന്ദി മാസിക ആരംഭിച്ചു. ഏക്താരാ, ഭുമികന്യാ സീത, ഗുരുപൂജ തുടങ്ങിയ കൃതികൾ ഹിന്ദിയിൽനിന്നും മലയാളത്തിലേക്കു പരിഭാഷപ്പെടുത്തി. ജീവിക്കാൻ മറന്നുപോയ സ്ത്രീ, അവൻ വീണ്ടും വരുന്നു എന്നീ മലയാളകൃതികളുടെ ഹിന്ദിവിവർത്തനവും നിർവഹിച്ചു. 50ൽ അധികം ചലച്ചിത്രങ്ങൾക്കും നിരവധി നാടകങ്ങൾക്കും ഗാനങ്ങൾ രചിച്ചു. മുഖ്യകൃതി 'ഹിന്ദിമലയാളം ബൃഹത് നിഘണ്ടു'വാണ്.

വെള്ളിനക്ഷത്രത്തിന് ഗാനരചന

മലയാളത്തിലെ അഞ്ചാമത്തെ ചിത്രമായ വെള്ളിനക്ഷത്രത്തിന് ഗാനരചന നിർവ്വഹിച്ചുകൊണ്ടാണ് അഭയദേവ് മലയാള ചലച്ചിത്ര ഗാനരചനാ രംഗത്തെത്തുന്നത്. കടമറ്റത്തു കത്തനാർ എന്ന ചിത്രത്തിനു വേണ്ടി അവസാനത്തെ പാട്ടെഴുതി. അന്യഭാഷാചിത്രങ്ങളുടെ മൊഴിമാറ്റത്തിൽ അഭയദേവിന്റെ സംഭാവന വലുതാണ്. ഹിന്ദി, തെലുങ്ക്, കന്നട, തമിഴ് ഭാഷകളിൽനിന്നായി നൂറോളം ചിത്രങ്ങൾ മലയാളത്തിലേക്ക് മൊഴിമാറ്റം നടത്തി. ശങ്കരാഭരണം, തിരകളെഴുതിയ കവിത, അഷ്ടപദി, സാഗരസംഗമം എന്നിവ

അവയിൽ ചിലതുമാത്രമാണ്. ഈ ചിത്രങ്ങൾക്ക് സംഭാഷണമൊരുക്കിയതും ഗാനങ്ങളെഴുതിയതും അഭയദേവായിരുന്നു. 'യാചകൻ' എന്ന ചിത്രത്തിൽ അഭിനയിച്ചു. 1995ൽ മലയാള സിനിമയ്ക്കുള്ള സമഗ്രസംഭാവനകൾക്ക് ജെ.സി. ഡാനിയേൽ പുരസ്കാരം ലഭിച്ചു.

1. കണ്ണുംപൂട്ടിയുറങ്ങുക നീയെൻ
   കണ്ണേ, പുന്നാരപ്പൊന്നുമകനേ...
2. പാട്ടുപാടിയുറക്കാം ഞാൻ
   താമരപ്പൂം പൈതലേ......(സീത എന്ന ചലച്ചിത്രം)

എന്നീ ഗാനങ്ങളാണ് ആദ്യമായി സിനിമയ്ക്കു വേണ്ടി രചിക്കപ്പെട്ട താരാട്ടു പാട്ടുകൾ.

കൃതികൾ

ഹിന്ദി മലയാളം നിഘണ്ടു, ഭൂമി കന്യാസീത, എക്താര, അപൂർവ്വ ബംഗാൾ, ഭജന മാലിക, ദേശഭക്തി ഗാനങ്ങൾ.

ഹിന്ദിയിലും മലയാളത്തിലും

നാടകങ്ങൾക്കും നാടകഗാനങ്ങൾക്കും ലഭിച്ച ജനസമ്മതിയായിരുന്നു ചലച്ചിത്രഗാനരചനയിലേക്ക് ശ്രദ്ധ തിരിയാൻ കാരണമായത്. അമ്പതിലേറെ മലയാളസിനിമകൾക്ക് ഗാനങ്ങൾ രചിച്ചിട്ടുണ്ട്. അനവധി അന്യഭാഷാ ചിത്രങ്ങൾ മലയാളത്തിലേക്ക് മൊഴിമാറ്റം നടത്തിയിട്ടുമുണ്ട്. അതുപോലെ ഗ്രന്ഥങ്ങൾ മലയാളത്തിൽ നിന്ന് ഹിന്ദിലേക്കും ഹിന്ദിയിൽ നിന്ന് മലയാളത്തിലേക്കും വിവർത്തനം ചെയ്ത അഭയദേവ് 'ഹിന്ദി പ്രകാശൻ' എന്ന സഹകരണ സംഘത്തിന്റെ സ്ഥാപകനും സെക്രട്ടറിയുമാണ്. ഏക്താരാ, അപൂർവ്വ ബംഗാൾ, രാമകഥ, ഭൂമികന്യ, സീത, മൺകോലങ്ങൾ, ഗുരുപൂജ എന്നീ കൃതികൾ ഹിന്ദിയിൽ നിന്ന് മലയാളത്തിലേക്കും വെട്ടൂർ രാമൻനായരുടെ 'ജീവിക്കാൻ മറന്നുപോയ' സ്ത്രീ സി.ജെ തോമസിന്റെ 'അവൻ വീണ്ടും വരുന്നു' എന്നിവ ഹിന്ദിയിലേക്കും പരിഭാഷപ്പെടുത്തിയിട്ടുണ്ട്.

അഭയദേവിന്റെ ഏറ്റവും പ്രസിദ്ധമായ കൃതി ഹിന്ദി-മലയാളം നിഘണ്ടുവാണ്. സാഹിത്യ പ്രവർത്തക സഹകരണ സംഘത്തിന്റെ

ആദ്യകാലപ്രവർത്തകനായിരുന്നു. (അദ്ധ്യക്ഷപദവി) 1988 ജൂലായ് മുതൽ സാഹിത്യ പ്രവർത്തക സഹകരണസംഘത്തിന്റെ പ്രസിഡന്റായിരുന്നു. 1995ലെ ജെ.സി ഡാനിയേൽ പുരസ്കാരം നേടിയ ഇദ്ദേഹം 2000 ജൂലായ് 26-ന് അന്തരിച്ചു.

50 ചലച്ചിത്രങ്ങൾ 416 ഗാനങ്ങൾ

സീത, വെള്ളിനക്ഷത്രം, നല്ലതങ്ക, ശങ്കരാഭരണം, തിരകളെഴുതിയ കവിത, പ്രസന്ന, ചേച്ചി, ജീവിതനൗക, യാചകൻ, രക്തബന്ധം, ആത്മശാന്തി, വിശപ്പിന്റെ വിളി, മരുമകൾ, അൽഫോൺസ, കാഞ്ചന, അച്ഛൻ, ദേശഭക്തൻ, വേലക്കാരൻ, ലോകനീതി, ജെനോവ, അവൻ വരുന്നു, സ്നേഹസീമ, മനഃസാക്ഷി, പുത്രധർമ്മം, കിടപ്പറ, നാട്യതാര, ആത്മാർപ്പണം, തസ്ക്കരവീരൻ, മിന്നൽ പടയാളി, ശബരിമല അയ്യപ്പൻ, ജ്ഞാനസുന്ദരി, ശ്രീ സീതാരാമകല്യാണം, വിധി തന്ന വിളക്ക്, വിയർപ്പിന്റെ വില, വേലുത്തമ്പി ദളവ, ശ്രീകോവിൽ, ശാന്തിനിവാസ്, സത്യഭാമ, സുശീല, ചിലമ്പൊലി, ദേവാലയം, ഒരാൾ കൂടി കള്ളനായി, ശ്രീ ഗുരുവായുരപ്പൻ, കുടുംബിനി, ദേവാലയം, പോർട്ടർ കുഞ്ഞാലി, സർപ്പക്കാവ്, ജീവിതയാത്ര, കടമറ്റത്തച്ചൻ, കായംകുളം കൊച്ചുണ്ണി, വിലക്കപ്പെട്ട കനി തുടങ്ങിയ ചലച്ചിത്രങ്ങൾക്ക് ഗാനരചന നിർവ്വഹിച്ചു.

■

ജൂലൈ 27

ജോൺ ഡാൽട്ടൺ ചരമദിനം

ആധുനിക ശാസ്ത്രത്തിന്റെ മൂലക്കല്ല്, ആണിക്കല്ല്, തലച്ചോറ് എന്നൊക്കെ വിശേഷിപ്പിക്കുന്ന 'അറ്റോമിക് തിയറി' യുടെ ഉപജ്ഞാതാവായ ബ്രീട്ടീഷ് രസതന്ത്രജ്ഞൻ ജോൺഡാൾട്ടൻ ഒരു നെയ്ത്തുകാരന്റെ മകനായി 1766 സെപ്തംബർ 6-ന് മാഞ്ചെസ്റ്ററിനടുത്തുള്ള സുന്ദരഗ്രാമമായ ഈഗിൾസ് ഫീൽഡിലാണ് ജനിച്ചത്. പ്രാഥമിക വിദ്യാഭ്യാസത്തിനൊപ്പം പിതാവിനെ വയലിലും നെയ്ത്തുശാലയിലും സഹായിക്കാനും ഡാൾട്ടൺ ഉത്സാഹിച്ചിരുന്നു. ഇരുപത്തിയഞ്ചാം വയസ്സിൽ അധ്യാപകനായി ഔദ്യോഗിക ജീവിതമാരംഭിച്ചു. മാഞ്ചെസ്റ്ററിലെ ന്യൂ കോളേജിലായിരുന്നു (പഠിച്ച സ്കൂളിൽ തന്നെ) അരങ്ങേറ്റം. 'കെൻഡൽ' എന്ന പട്ടണത്തിൽ അദ്ദേഹം സ്ഥാപിച്ച സ്കൂൾ 1781 മുതൽ 1793 വരെ വലിയ സേവനമാണ് വിദ്യാർത്ഥികൾക്കു നൽകിയിരുന്നത്. താൻ നേടിയ ശാസ്ത്രവിദ്യ പുതുതലമുറയ്ക്ക് പകർന്നു നൽകുന്നതിൽ അതിയായ സംതൃപ്തിയും ഉൽസാഹവും അദ്ദേഹത്തിനുണ്ടായിരുന്നു. ഇതേ സ്കൂൾ ഒരു ബാധ്യതയായപ്പോൾ അതുപേക്ഷിച്ച് മാഞ്ചസ്റ്റർ നഗരത്തിൽ അധ്യാപകനായി ജീവിതാവസാനം വരെ കഴിഞ്ഞുകൂടി. 1793 മുതലായിരുന്നു ഇത്.

ആധുനിക ശാസ്ത്രത്തിന്റെ തലച്ചോറ്-ആറ്റം സിദ്ധാന്തം

പ്രകൃതിയിൽ നിന്നു നേടിയ വിജ്ഞാനം ശാസ്ത്രവിഷയങ്ങൾ സ്വയം കണ്ടെത്താനും നിഗമനം നടത്താനും ജോണിനെ പ്രേരിപ്പിച്ചു. ഗൗരവപൂർണ്ണമായ തന്റെ സിദ്ധാന്തങ്ങൾ 1787ലാണ് ആരംഭിക്കുന്നത്. 1798-ൽ വർണ്ണാന്ധത (നിറങ്ങൾ തിരിച്ചറിയാനാകാത്ത അവസ്ഥ)യെക്കുറിച്ച് ജോൺ എഴുതിയ കുറിപ്പ് ശാസ്ത്രരംഗത്തെ മുതൽക്കൂട്ടു തന്നെയാണ്. ആധുനിക ശാസ്ത്രത്തിന്റെ തലച്ചോറായ ആറ്റം സിദ്ധാന്തം അദ്ദേഹത്തിന്റെ ഏറ്റവും മഹത്തായ സംഭാവനയായി ലോകം കാണുന്നു. 'ഭാഗികമർദ്ദനനിയമം' കണ്ടു പിടിച്ചതും ഇദ്ദേഹമായിരുന്നു.

രണ്ടു ലക്ഷത്തിൽപരം നിരീക്ഷണങ്ങൾ

ഹൈഡ്രജന് ഒന്ന്,എന്ന അറ്റോമിക ഭാരം നൽകിയതും മറ്റു മൂലകങ്ങളുടെ ആപേക്ഷിക ആറ്റോമിക ഭാരങ്ങൾ തീർപ്പാക്കിയതും ഡാൽട്ടന്റെ സംഭാവനയാണ്. ആധുനികശാസ്ത്രത്തിന്റെ മൂലക്കല്ലായ അണുസിദ്ധാന്തം (Atom theory) ആണ് ജോൺ ഡാൾട്ടന്റെ ഏറ്റവും മഹത്തായ സംഭാവന. ഗ്രീക്ക് ലാറ്റിൻ ഭാഷകളിൽ അസാമാന്യ പ്രാവീണ്യമുണ്ടായിരുന്ന ഡാൾട്ടൺ ഗ്രീക്കുഭാഷയിലെ 'ആറ്റോമോസ്' എന്ന പദത്തിൽ നിന്നാണ് ആറ്റം എന്ന പദം കണ്ടെടുത്തത്. ഗ്രീക്കുഭാഷയിൽ ആറ്റോമോസ് എന്നാൽ 'അവിഭാജ്യം' എന്നത്രെ അർത്ഥം.

അന്തരീക്ഷ പഠനശാസ്ത്രക്കുറിപ്പുകളിൽ രണ്ടുലക്ഷത്തിൽപരം ലേഖനങ്ങളുണ്ട്. 1787ൽ തുടക്കമിട്ട ഈ അന്തരീക്ഷ ശാസ്ത്ര പഠനമായിരുന്നു ഡാൾട്ടന്റെ അന്തരീക്ഷ ശാസ്ത്രക്കുറിപ്പുകളുടെ അപൂർവ്വ കണ്ടെത്തലുകളുടെ ആകത്തുക.

അണുസിദ്ധാന്തം

പത്തൊമ്പതാം നൂറ്റാണ്ട് ആരംഭിക്കുന്നതോടെയായിരുന്നു അദ്ദേഹം അണുസിദ്ധാന്തം ആവിഷ്കരിക്കുന്നത്. രസതന്ത്രത്തിലും ഭൗതികശാസ്ത്രത്തിലും ഈ സിദ്ധാന്തം വൻമുന്നേറ്റമാണുണ്ടാക്കിയത്. മൂലകങ്ങളുടെ ഭൗതിക രാസഗുണധർമ്മങ്ങളെ ശാസ്ത്രീയമായി വിശകലനം ചെയ്യാൻ ഡാൾട്ടന്റെ അണുസിദ്ധാന്തം പ്രയോജനപ്പെടുകയുണ്ടായി.

ഡാൾട്ടൺ തിയറി

എന്താണീ അറ്റോമിക സിദ്ധാന്തം എന്ന ഡാൾട്ടൺ സിദ്ധാന്തം എന്നു കേട്ടോളൂ. രാസസംയോജക നിയമങ്ങളെ അടിസ്ഥാനമാക്കി അദ്ദേഹം 1808ലാണ് ഈ രേഖ മുന്നോട്ടു വെച്ചത്. അവ ഇങ്ങനെ ചുരുക്കിയെഴുതാം.

1. ഈ പ്രപഞ്ചത്തിലെ എല്ലാ വസ്തുക്കളും ആറ്റങ്ങൾകൊണ്ടാണ് നിർമ്മിച്ചിരിക്കുന്നത്.
2. ആറ്റങ്ങളെ സൃഷ്ടിക്കാനോ വിഭജിക്കാനോ, നശിപ്പിക്കാനോ സാധ്യമല്ല.
3. പദാർത്ഥത്തിന്റെ അന്തിമകണമത്രെ ആറ്റം.
4. ഒരു മൂലകത്തിന്റെ ആറ്റങ്ങളെല്ലാം ഒരേ പോലെയാണ്. മറ്റു മൂലകങ്ങളുടെ ആറ്റങ്ങളിൽ നിന്നു വ്യത്യസ്തങ്ങളുമായിരിക്കും.
5. ചെറിയ പൂർണ്ണ സംഖ്യകളുടെ അനുപാതത്തിൽ ആറ്റങ്ങൾ സംയോജിക്കുകയും അങ്ങനെ സംയോജിച്ചുണ്ടാകുന്ന സംയുക്തങ്ങൾ രാസപരമായ ആകർഷണ ബന്ധം വഴി ഒന്നു ചേർന്നിരിക്കുകയും ചെയ്യും.

അണുസിദ്ധാന്തവും പോസ്റ്റ്മോർട്ടം ചെയ്യപ്പെടുന്നു

മൂലകങ്ങളെ സൂചിപ്പിക്കാൻ ചില പ്രതീകങ്ങൾക്കു രൂപം കൊടുത്തതും 'എ ന്യൂ സിസ്റ്റം ഓഫ് കെമിക്കൽ ഫിലോസഫി' എന്ന പഠന ഗ്രന്ഥം രചിച്ചതും ഭാഗിക മർദ്ദനനിയമം (Dalten law of partial pressure) ആവിഷ്കരിച്ചതും ഡാൾട്ടണായിരുന്നു. കൂടാതെ ഹൈഡ്രജന് ഒന്ന് എന്ന അറ്റോമിക ഭാരം നൽകി. മറ്റു മൂലകങ്ങളുടെ ആപേക്ഷിക അറ്റോമിക ഭാരങ്ങൾ കണക്കാക്കിയതും അദ്ദേഹമാണ്. അണുസിദ്ധാന്തത്തിന്റെ പിതാവ് എന്നറിയപ്പെട്ട ഡാൾട്ടന്റെ ആ രേഖ പിൽക്കാലത്ത് തെറ്റാണ് എന്ന് തെളിയിക്കുകയുണ്ടായി. ശാസ്ത്രത്തിൽ യാതൊന്നിനും സ്ഥായിയായ നിലനിൽപ്പില്ലെന്നും കാലം മാറുന്നതിനനുസരിച്ച് പുതിയ സിദ്ധാന്തങ്ങൾ വരുമ്പോൾ പഴയവ പലതും ഉടച്ചു വാർക്കപ്പെടുന്നു എന്നതിന് തെളിവുതന്നെയാണ്.

ആറ്റം വിഭജിക്കാം

അണുസിദ്ധാന്തത്തിലെ ഏതിനൊക്കെയാണ് തിരുത്തലുകൾ വന്നത് എന്നുകൂടി കേൾക്കുക. രണ്ടാമത്തെ സിദ്ധാന്തമായ 'ആറ്റം അവിഭാജ്യമാണ്' എന്നതിനാണ് വലിയ പരാജയം സംഭവിച്ചത്. സങ്കീർണ്ണഘടനയുള്ള ആറ്റം വിഭജിക്കുമ്പോൾ വൻതോതിൽ ഊർജ്ജം പുറന്തള്ളപ്പെടുമെന്നും ഈ ഊർജ്ജം (ആണവോർജ്ജം) വൈദ്യുതി ഉല്പാദിപ്പിക്കാനും ആറ്റംബോംബുണ്ടാക്കാനും ഉപയോഗിക്കാമെന്ന് പിൽക്കാലത്ത് തെളിയിക്കപ്പെട്ടു. എന്നാലും ഡാൾട്ടന്റെ സിദ്ധാന്തങ്ങളിലെ പലതും ഇന്നും പ്രസക്തം തന്നെ. പുതുതലമുറയ്ക്ക് ഈ സിദ്ധാന്തങ്ങൾ നേടിക്കൊടുത്ത അറിവുകളും നിസ്തുലമാണ്.

വർണ്ണാന്ധതയെക്കുറിച്ചുള്ള പ്രബന്ധം

1781 മുതൽ 1793 വരെ 'കെൻഡൻ' എന്ന സ്ഥലത്ത് സ്വന്തമായി സ്കൂൾ നടത്തിയ ഡാൾട്ടൺ വാതകങ്ങളുടെ സ്വഭാവത്തെപ്പറ്റി ഗവേഷണം നടത്തിയതിന്റെ ഫലമായിരുന്നു 'ഡാൾട്ടന്റെ ഭാഗിക സമ്മർദ്ദ നിയമം' എന്ന പ്രസിദ്ധമായ മുന്നേറ്റം. ആയിടയ്ക്ക് ചില നിറങ്ങൾ തനിക്ക് കാണാൻ കഴിയില്ലെന്ന് അദ്ദേഹം തിരിച്ചറിഞ്ഞു. ചുവപ്പ്, പച്ച വർണ്ണാന്ധത എന്നാണ് ഈ അസുഖം അറിയപ്പെട്ടത്. ഇതിനെക്കുറിച്ച് ആദ്യമായി വിശദീകരിച്ചതും ഡാൾട്ടൺ തന്നെയായിരുന്നു. വർണ്ണാന്ധതയെക്കുറിച്ചുള്ള അദ്ദേഹത്തിന്റെ ഈ പ്രബന്ധം പ്രസിദ്ധമാണ്. അന്തരീക്ഷത്തിലെ ആർദ്രത അളക്കുന്നതിനുള്ള ആർദ്രതാമാപിയും ഡാൾട്ടന്റെ സംഭാവനയത്രെ.

ഔദ്യോഗിക ബഹുമതിയോടെ...

മാഞ്ചെസ്റ്ററിലെ സാഹിത്യസാംസ്കാരിക കൂട്ടായ്മയിലും അദ്ദേഹം സജീവമായിരുന്നു. 1822ൽ റോയൽ സൊസൈറ്റിയിൽ അംഗമാകുകയും 1826ൽ സൊസൈറ്റി സ്വർണമുദ്രമെഡൽ നൽകി ആദരിക്കുകയും ചെയ്തു. അന്നത്തെ രാജാവ് നേരിട്ടു വന്ന് ഡാൾട്ടനെ ആദരിച്ചിരുന്നു. സിദ്ധാന്തങ്ങളുടെ പെരുന്തച്ചനായ

ജോൺ ഡാൾട്ടൺ 1844 ജൂലായ് 27ന് അന്തരിച്ചു. അദ്ദേഹത്തിന്റെ ശവസംസ്കാരച്ചടങ്ങിൽ നാൽപതിനായിരത്തോളമാളുകളാണത്രെ അന്ത്യോപചാരമർപ്പിക്കാനെത്തിയിരുന്നത്. പ്രമുഖരെ മാത്രം അടക്കാറുള്ള അന്ത്യവിശ്രമ കുടീരത്തിലായിരുന്നു ഭൗതിക ശരീരം സംസ്കരിച്ചത്. അതും ഔദ്യോഗിക ബഹുമതികളോടെ. ജോൺ ഡാൾട്ടനില്ലാതെ രസതന്ത്രം തന്നെയില്ലെന്ന് അദ്ദേഹത്തിന്റെ ജീവിതം തെളിവുതരുന്നു.

■

ജൂലൈ 29

വിൻസന്റ് വാൻഗോഗ് ചരമദിനം

ചിത്രം- ദ പോർട്രെയിറ്റ് ഓഫ് ഡോ. ഗ്യാഷെ

വില : 132 കോടി രൂപ

ചിത്രകാരൻ : വിൻസന്റ് വാൻഗോഗ്

ഇങ്ങനെ കേൾക്കുമ്പോൾ ഏതൊരാളും അദ്ഭുതസ്തബ്ധരായിപ്പോകും. ജീവിതകാലം മുഴുവൻ സുഖമായി ജീവിക്കാൻ ഈ തുകയുടെ എത്രയോ കുറച്ചു പണം മതി. എന്നാൽ ഈ സൗഭാഗ്യം അനുഭവിക്കാൻ ചിത്രകാരൻ ജീവിച്ചിരുന്നില്ല എന്ന കാര്യം അറിയുമ്പോഴാണ് ഏറെ വിഷമമുണ്ടാക്കുന്നത്. ദരിദ്രനായി ജനിച്ച്, കഷ്ടപ്പാടുകൾ സഹിച്ച് ചിത്രങ്ങൾ വരച്ചുകൂട്ടിയെങ്കിലും അംഗീകാരമോ, വില്പനയോ നടക്കാതെ മനംനൊന്ത് ജീവിതം അവസാനിപ്പിച്ചതിനുശേഷമായിരുന്നു, നിർഭാഗ്യവാനായ വാൻഗോഗിനെത്തേടി അംഗീകാരങ്ങളെത്തിയത്. മരണത്തിനുശേഷം അദ്ദേഹത്തെപ്പറ്റി വളരെയേറെ ഗ്രന്ഥങ്ങളും സിനിമകളും ഉണ്ടായി. ലോകത്തിൽ ഏറ്റവും വലിയ വിലയ്ക്കു വിറ്റ മൂന്നു ചിത്രങ്ങളിൽ രണ്ടെണ്ണം ഇദ്ദേഹത്തിന്റേതായിരുന്നുവത്രെ. 'എക്സ്പ്രഷനിസം' എന്ന പരിവർത്തനത്തിന് ചിത്രകലയെ കൊണ്ടുപോയത് വാൻഗോഗിന്റെ സൃഷ്ടികളായിരുന്നു.

ആദ്യകാലങ്ങളിൽ

ഡച്ചുകാരനായ വാൻഗോഗ് നെതർലന്റിലെ 'ഗ്രൂട്ട് ഡൺഡർട്ടിൽ' 1853 മാർച്ച് 30നാണ് ജനിക്കുന്നത്. 15-ാം വയസ്സിൽ സ്കൂൾ വിദ്യാഭ്യാസത്തിനുശേഷം കലാവസ്തുക്കൾ വിൽക്കുന്ന 'ഗുപ്ൾ ആന്റ് കമ്പനി' എന്ന കേന്ദ്രത്തിൽ ജീവനക്കാരനായി ചേർന്നു. 1873 ൽ ലണ്ടനിലെത്തി. ലണ്ടനിലെ ആർട്ട് ഗ്യാലറികളും മ്യൂസിയങ്ങളും സന്ദർശിക്കാൻ ഈ സമയം ഉപയോഗപ്പെട്ടു. 1857ൽ പാരീസിലെത്തിയെങ്കിലും ജോലിരാജിവെച്ച് 1876 മാർച്ചിൽ ഇംഗ്ലണ്ടിലേക്കു തന്നെ മടങ്ങി. സ്കൂൾ അധ്യാപകനായും ആർട്ട് ഗ്യാലറികൾ സന്ദർശിച്ചും കഴിഞ്ഞ അദ്ദേഹം വേദപഠനവും തുടങ്ങി. ആംസ്റ്റർഡാമിൽ ദൈവശാസ്ത്രം പഠിക്കാൻ ശ്രമിച്ചെങ്കിലും സാധിച്ചില്ല. ബെൽജിയത്തിലെ കൽക്കരി ഖനനമേഖലയായ 'ബോറിനേജിൽ' സുവിശേഷ ജോലിക്ക് പോയെങ്കിലും അധികൃതർക്ക് അത് രുചിച്ചില്ല. പുറത്താക്കപ്പെട്ട വാൻഗോഗ് ഒരു വർഷത്തിനു ശേഷം ചിത്രകാരനാകുക എന്ന ഉറച്ച തീരുമാനമെടുത്തു.

ചിത്രകലാഭ്യാസം

ചിത്രകല പഠിക്കാനായി വാൻഗോഗ് 1880ൽ ബെൽജിയം തലസ്ഥാനമായ ബ്രസ്സൽസ്സിലെത്തി. അനുജനായ 'തിയോ'യുമായുള്ള ആത്മബന്ധം പ്രസിദ്ധമാണ്. പഠനച്ചെലവും പ്രോത്സാഹനവും താങ്ങും തണലുമായ തിയോയ്ക്ക് വാൻഗോഗ് എഴുതിയ എഴുന്നൂറോളം കത്തുകളിൽ തന്റെ കലാവൈഭവം പ്രകടിപ്പിച്ചിരുന്നു.

1881-ൽ ഉപരിപഠനത്തിനു ശ്രമിച്ചുവെങ്കിലും സാധിക്കാതെ വന്നതിനാൽ പുസ്തകസഹായികളുടെ സഹായത്തോടെ സ്വന്തമായി രേഖാചിത്രീകരണം പരിശീലിച്ചു. 1882 മുതൽ എണ്ണച്ചായം ഉപയോഗിച്ച് വാൻഗോഗ് ചിത്രങ്ങൾ വരച്ചു തുടങ്ങി. മൂന്നുനാലു വർഷങ്ങൾ പരിശീലനവും മറ്റുമായി മുന്നേറി. 1885ൽ മഹത്തായ ഒരു ചിത്രത്തിന്റെ പിറവിയായിരുന്നു. The potato eaters (ഉരുളക്കിഴങ്ങ് തിന്നുന്നവർ)എന്ന ചിത്രം. ചിത്രകലയിൽ ഇരുത്തം വന്നുവെന്ന് മനസ്സിലാക്കി ആത്മവിശ്വാസം വന്ന വാൻഗോഗ് പാരീസിലെത്തി.

പാരീസിൽ

ആർട്ട് ഡീലറായ അനുജൻ തിയോയുടെ ശ്രമഫലമായി പാരീസിലെ ചിത്രകലാലോകത്ത് വാൻഗോഗ് പരിചിതനായി. ദെഗാസ്,

റെമ്പ്രാ, മോണെ, പീസാറോ തുടങ്ങിയ ഇംപ്രഷനിസ്റ്റ് കലാകാരന്മാരുടെ വേറിട്ട ശൈലിയിൽ വരയ്ക്കാൻ പക്ഷേ, വാൻഗോഗിനു തോന്നിയില്ല. ജപ്പാനീസ് കലയാണ് അദ്ദേഹം സ്വീകരിച്ചത്. നഗരത്തെക്കാൾ, അലഞ്ഞുതിരിഞ്ഞ് വെയിലും ചൂടുമേറ്റു ചിത്രം രചിക്കുവാൻ തത്പരനായ വാൻഗോഗ് അനുജനുമായി മിക്കപ്പോഴും കലഹവും പതിവായിരുന്നു.

പട്ടണത്തിൽ നിന്നും 1888 ആദ്യം ഗ്രാമമായ 'അൾസി'ലേക്കു ചേക്കേറി. അവിടെയുള്ള Yellow houseലിരുന്ന് തന്റെ പ്രധാനപ്പെട്ട പല വർക്കുകളും ചെയ്തു. പാത് ത്രൂ എ ഫീൽഡ് വിത് വിമോസ്, കടലോരദൃശ്യങ്ങൾ, ഉദ്യാനങ്ങൾ, ജോസ് റൂലിന്റെയും കുടുംബത്തിന്റെയും ചിത്രങ്ങൾ തുടങ്ങിയവ ഇക്കാലത്താണുണ്ടായത്. വരച്ച് മിനുക്കുപണികൾ തീർത്ത് അനുജന് വിൽക്കാനായി അയച്ചു കൊടുത്തെങ്കിലും ഒരെണ്ണം പോലും വിൽക്കപ്പെടുകയുണ്ടായില്ല.

1888 ഒക്ടോബർ മാസം ഒരു ചങ്ങാതികൂടി മഞ്ഞവീട്ടിലെത്തി. ചിത്രകാരനായ പോൾഗോഗിൻ. ഇരുവരും ഒരുമിച്ചു ചിത്രങ്ങൾ വരച്ചുവെങ്കിലും, വാൻഗോഗിന്റെ കലഹം ഇവിടെയും വിനയായി. ഓരോന്നു പറഞ്ഞ് ഇരുവരും തമ്മിൽത്തല്ലു തുടങ്ങി. വാൻഗോഗ് ചങ്ങാതിയെ ക്ഷൗരക്കത്തിയുമായി ആക്രമിക്കാനൊരുമ്പെട്ടെങ്കിലും പോൾഗോഗിൻ ഒഴിഞ്ഞുമാറി. കലിയടക്കാനായി തന്റെ ഇടതുചെവി അരിഞ്ഞെടുത്ത് ഒരു കൂടോത്രക്കാരിക്ക് പാർസൽ ചെയ്തുവത്രെ.

മാസ്റ്റർപീസും മറ്റു ചിത്രങ്ങളും

ആശുപത്രിയിലായി ചികിത്സയ്ക്കുശേഷം വീണ്ടും വാൻഗോഗ് യെല്ലോ ഹൗസിലെത്തി ചിത്രകലയിൽ ദത്തശ്രദ്ധനായി. 1889 ജനുവരിയിൽ തുടങ്ങി ഫെബ്രുവരിയിൽ തീർത്ത പ്രശസ്തമായ Sunflowers (സൂര്യകാന്തിപ്പൂക്കൾ)ക്കുശേഷം മനോരോഗ ചികിത്സാലയത്തിൽ നിന്നാണ് പിന്നീടുള്ള ചിത്രങ്ങൾ വരച്ചത്. സാംഗ്റെമിയിലെ ആ ഭ്രാന്താലയത്തിൽ നിന്ന് 1889 ജൂണിൽ വരച്ച 'സ്റ്റാറി നൈറ്റ് 'ഇദ്ദേഹത്തിന്റെ മാസ്റ്റർപീസ് വർക്കായി ഗവേഷകർ കരുതിപ്പോന്നിരുന്നു. 'ഐറിസസ്' എന്ന ചിത്രവും ഇവിടെവെച്ചാണ് വരച്ചു തീർത്തത്.

1889-ബ്രസ്സൽസ്സിലെ കലാകൂട്ടായ്മയായ Lesxx വാൻഗോഗിന്റെ ചിത്രങ്ങളുടെ ഒരു പ്രദർശനം സംഘടിപ്പിക്കാൻ മുന്നോട്ടുവന്നു. മാനസിക വിഭ്രാന്തി വിടാതെ പിടികൂടിയ ജ്യേഷ്ഠനെ വിദഗ്ധ

ചികിത്സയ്ക്കു വിധേയനാക്കാൻ തന്നെ അനുജൻ തിയോ നിശ്ചയിച്ചു. അങ്ങനെ ഡോ.പോൾ ഗ്യാഷേയുടെ ക്ലിനിക്കിൽ വാൻഗോഗിനെ പ്രവേശിപ്പിച്ചു. പാരീസിനടുത്തുള്ള ഓവേഴ്സ്സർ ഓയ്സിലായിരുന്നു ഗ്യാഷേയുടെ ഈ ചികിത്സാലയം. ഉന്മാദത്തിന്റെ ഉച്ചസ്ഥായിയിലായിരുന്ന വാൻഗോഗ് എൺപതോളം പെയിന്റിങ്ങുകളാണത്രെ ഈ കാലയളവിൽ വരച്ചു തീർത്തത് - ഡോക്ടർ ഗ്യാഷെ, ഓലേഴ്സ് പള്ളി തുടങ്ങിയവ ഉൾപ്പടെ.

അവസാനത്തെ വാക്കുകൾ

ചിത്തഭ്രമം ഒരു മനുഷ്യനെ എങ്ങനെയൊക്കെ തീർക്കുമെന്ന ദയനീയമായ ഉദാഹരണമാണ് വിശ്വപ്രസിദ്ധ പോസ്റ്റ് ഇംപ്രഷനിസ്റ്റ് കലാകാരനായ വിൻസന്റ് വാൻഗോഗിന്റെ ജീവിതം. അർഹിക്കുന്ന അംഗീകാരം കിട്ടാത്ത കടുത്ത നിരാശയും പണമില്ലാത്ത അവസ്ഥയും വാൻഗോഗിനെ ഒരു മാനസികരോഗിയാക്കി മാറ്റി.

1890 ജൂലായ് 27ന് വൈകുന്നേരം ഒവേഴ്സിനടുത്തുള്ള ഗോതമ്പു വയലുകളിലേക്ക് ചിത്രകലാ സാമഗ്രികളുമായി വാൻഗോഗ് പോയി. ചികിത്സിച്ചിരുന്ന ഡോക്ടർ ഉപയോഗിച്ചിരുന്ന റിവോൾവർ കൂടെ കരുതിയത് ആരുമറിഞ്ഞിരുന്നില്ല. വയൽ മധ്യത്തിൽവെച്ച് അസ്തമയസൂര്യന്റെ ചെങ്കതിരുകളിൽ മുങ്ങി ഇളംതെന്നലിന്റെ തലോടലുമേറ്റ് അദ്ദേഹം സ്വന്തം മാറിലേക്ക് നിറയൊഴിച്ചു. ചോരയൊലിപ്പിച്ച് മടങ്ങിയെത്തി രണ്ടു ദിവസം ജീവച്ഛവമായി മരണത്തെയും കാത്തു കിടന്നു. അനുജൻ പാഞ്ഞെത്തി. അങ്ങനെ 1890 ജൂലായ് 29ന് രാത്രി ഒന്നരയ്ക്ക് അനുജനോട് തന്റെ അവസാനത്തെ വാക്കുകളുരുവിട്ട് അദ്ദേഹം കണ്ണുകളടച്ചു. "തിയോ മോനേ... ഇങ്ങനെ മരിക്കാനാണ് എന്റെ മോഹം." ഇതായിരുന്നു വാൻഗോഗിന്റെ അവസാനവാക്കുകൾ.

രണ്ടുവട്ടം സംസ്കാരം

ഒവേഴ്സിലെ കത്തോലിക്കാ ചർച്ചിൽ വാൻഗോഗിനെ അടക്കാൻ അനുവദിച്ചില്ല. ആത്മഹത്യയായിരുന്നു കാരണം. തൊട്ടടുത്തുള്ള മെറി എന്ന പട്ടണത്തിൽ ജൂലായ് 30ന് അടക്കം ചെയ്തു. ആറുമാസത്തിനുശേഷം മാനസികവ്യഥ താങ്ങാനാകാതെ തിയോയും മരണപ്പെട്ടു. 1891 ജനുവരി 25ന് യൂടെക്റ്റിൽ തിയോയെ അടക്കിയെങ്കിലും വാൻഗോഗിന്റെ മഹത്ത്വവും സഹോദരനോടുള്ള കളങ്കമറ്റ

സ്നേഹവും അറിയാവുന്ന തിയോയുടെ പത്നി ജൊഹാൻ 1914ൽ വാൻഗോഗിന്റെ കല്ലറയ്ക്കടുത്തു തന്നെ വീണ്ടും സംസ്കരിക്കുകയായിരുന്നു.

മരണാനന്തര ബഹുമതികൾ

ജീവിച്ചിരിക്കുമ്പോൾ അനഭിമതരായ ചിലരെ മരണത്തിനു ശേഷം അംഗീകരിക്കുന്ന ദയനീയമായ അവസ്ഥയായിരുന്നു നിർഭാഗ്യവാനായ വാൻഗോഗിനും സംഭവിച്ചത്. ജീവിച്ചിരിക്കുമ്പോൾ ദി റെഡ് വൈൻ യാർഡ്' എന്ന ഒരൊറ്റ ചിത്രം മാത്രം തുച്ഛവിലയ്ക്ക് വിറ്റുപോയപ്പോൾ കാലത്തിനു ശേഷം ദ പോർട്രയ്റ്റ് ഓഫ് ഡോ. ഗ്യാഷെ' എന്ന ചിത്രം 1990 മെയ് 15ന് 132 കോടിക്കാണ് ലേലം ചെയ്യപ്പെട്ടത്. (അന്നത്തെ മൂല്യം ഏകദേശം എട്ടേകാൽ കോടി ഡോളർ) ഒരു ജാപ്പനീസ് പത്രമുതലാളിയായിരുന്നു ലേലം പിടിച്ചത്. ആത്മഹത്യ ചെയ്യുന്നതിന്റെ ഏതാനും മാസങ്ങൾക്കു മുമ്പായിരുന്നുവത്രെ തന്നെ ചികിത്സിക്കുന്ന ഈ ഡോക്ടറുടെ ഛായാചിത്രം വാൻഗോഗ് വരച്ചിരുന്നത്.

ഇത്ര നിർഭാഗ്യവാനോ വാൻഗോഗ്...

1960ൽ നെതർലന്റിൽ ഡച്ച് സർക്കാറിന്റെ സഹായത്തോടെയും തിയോയുടെ മകൻ വിൻസന്റ് വിൽഹം വാൻഗോഗിന്റെ പങ്കാളിത്തത്തിലും വിൻസന്റ് വാൻഗോഗ് ഫൗണ്ടേഷൻ' രൂപീകരിച്ചു. 1973- ജൂൺ 2ന് ആംസ്റ്റർഡാമിൽ വാൻഗോഗ് മ്യൂസിയവും ഉദ്ഘാടനം ചെയ്യപ്പെട്ടു. 1990 നവംബർ 14ന് ഇദ്ദേഹത്തിന്റെ 'ഗാർഡൻ വിത്ത് ഫ്ളവേഴ്സ്' എന്ന പെയിന്റിംഗും എൺപത്തിമൂന്ന് ലക്ഷം ഡോളറിന് ലേലം ചെയ്യപ്പെട്ടിരുന്നു. ചിത്രകലയുടെ ചരിത്രത്തിൽ ഏറ്റവും വലിയ വിലയ്ക്കു വിറ്റ ചിത്രം എന്ന ബഹുമതി ഇന്നും വിൻസന്റ് വാൻഗോഗിനുള്ളതാണ്.

വാൻഗോഗിന്റെ ജീവിതത്തിലെ അംഗീകാരമില്ലായ്മയും ദുരിതവുമറിയുന്ന ഏതൊരാളും ചിന്തിച്ചു പോകും-വിൻസന്റ വാൻഗോഗ് ഇത്ര നിർഭാഗ്യവാനോ?

■

ജൂലൈ 31

പ്രേംചന്ദ് ജന്മദിനം

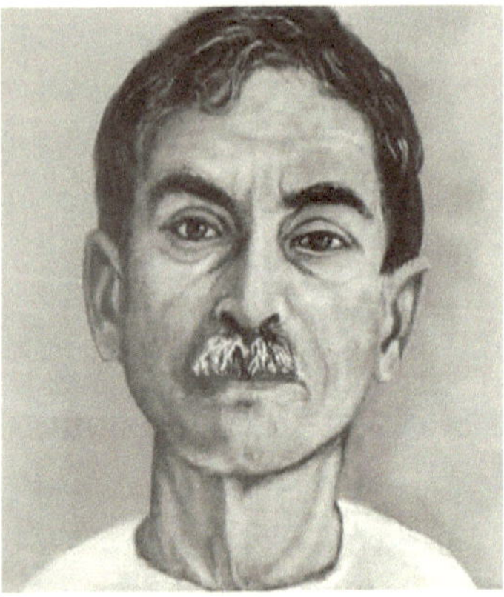

ഫ്യൂഡലിസത്തിന്റെയും മുതലാളിത്തത്തിന്റെയും നിശിത വിമർശകനായിരുന്ന എഴുത്തുകാരനായിരുന്ന പ്രേംചന്ദ് എന്ന ധൻപത്റായ്, ഭാരതീയ ഗ്രാമജീവിതവും നഗരജീവിതവും താരതമ്യം ചെയ്ത് തനിമയോടെ തന്റെ കൃതികൾ ആവിഷ്കരിക്കുകയും ചെയ്ത സാഹിത്യ പ്രതിഭയാണ്. കാർഷിക പരിതസ്ഥിതികളുമായി ഏറെ പരിചിതനായ ഇദ്ദേഹം കർഷകരുടെ പ്രശ്നങ്ങളും അധ്വാനവർഗങ്ങളുടെ സങ്കടങ്ങളും സാഹിത്യ വിഷയമാക്കി. മലയാളത്തിൽ തകഴി, പൊൻകുന്നം വർക്കി തുടങ്ങിയവരുടെ സർഗവൈഭവമായിരുന്നു ഹിന്ദിയിൽ പ്രേംചന്ദിന്റെ കഥാസരണിയെന്നു പറയാം.

ഉത്തർപ്രദേശിൽ കാശിക്കു സമീപം ലമഹിയിൽ 1880 ജൂലായ് 31-നാണ് പ്രേംചന്ദ് ജനിച്ചത്. പിതാവിന്റെ ആകസ്മികമായ നിര്യാണവും തുടർന്നുണ്ടായ കുടുംബപ്രശ്നങ്ങളും സാമ്പത്തിക പ്രതിസന്ധിയും മൂലം ഉപരിപഠനം പൂർത്തിയാക്കുന്നതിന് മുമ്പുതന്നെ അദ്ദേഹത്തിന് അധ്യാപകനാകേണ്ടി വന്നു. ആ ഉദ്യോഗം പിന്നീട് സ്കൂളിലെ പ്രധാനാധ്യാപകനായും വൈകാതെ ഡപ്യൂട്ടി ഇൻസ്പെക്ടറുമായി ഉയരുകയും ചെയ്തു. സ്വാതന്ത്ര്യപ്രസ്ഥാനവുമായി

ബന്ധപ്പെട്ട് ജോലി ഉപേക്ഷിക്കേണ്ട സ്ഥിതി വിശേഷവും ഉണ്ടായി. 1921ലായിരുന്നു ഈ സംഭവം.

സാഹിത്യലോകത്ത്

പഠനകാലത്തു തന്നെ സാഹിത്യരചനയിൽ താൽപര്യമുണ്ടായിരുന്ന പ്രേംചന്ദ് ഉറുദുഭാഷയിലായിരുന്നു ആദ്യമായി രചനകൾ ചെയ്തിരുന്നത്. 'നവാബ് റായ്' എന്ന തൂലികാനാമവും സ്വീകരിച്ചു. പിന്നീട് ഹിന്ദിയിലേക്ക് ചേക്കേറുകയും പ്രേംചന്ദ് എന്ന അപര നാമം സ്ഥിരമാക്കുകയും ചെയ്തു.

ബ്രിട്ടീഷ് സർക്കാരിന്റെ അനീതിയുക്തമായ ഭരണത്തിനെതിരെ തൂലിക ചലിപ്പിച്ച അദ്ദേഹത്തിന്റെ 'സോജേവദൻ'എന്ന കൃതി ബ്രിട്ടീഷ് ഗവൺമെന്റ് നിരോധിക്കുകയുണ്ടായി. 300ൽപരം ചെറുകഥകളും 12 നോവലുകളും രചിച്ച ഇദ്ദേഹം ആദ്യകഥ പ്രസിദ്ധപ്പെടുത്തുന്നത് 1915 ലാണ്. പ്രഥമ ഹിന്ദി നോവലായ 'സേവാസദൻ' 1916ലും പുറത്തുവന്നു. പുരോഗമന സാഹിത്യപ്രസ്ഥാനത്തിന്റെ സംഘാടകനും ആദ്യസമ്മേളനത്തിലെ അധ്യക്ഷനുമായിരുന്നു. 'സരസ്വതി പ്രസ്സി'ന്റെ സ്ഥാപകനും 'ഹംസ് പത്രിക'യുടെ സ്ഥാപക പത്രാധിപരുമായിരുന്നു പ്രേംചന്ദ്. ഹിന്ദി സാഹിത്യപ്രതിഭയായ 'അമൃതറായ്' ആണ് മകൻ.

പ്രേംചന്ദിന്റെ കൃതികൾ

സേവാസദൻ, രംഗഭൂമി, കഫൻ, കായാകല്പ്, ഗബൻ, നിർബല, കർമഭൂമി, പ്രേമാശ്രം, ഗോദാൻ, ദുർഗാദാസ്, മഹാത്മാശേഖസാദി, സാഹിത്യകകാ ഉദ്ദേശ്യ, കുച്ച് വിഹാർ, കലം, തൽവാർ, ഔർത്യാഗ്, പിതാകാപുത്ര, പുത്രി കേ നാമ്, ടോൾസ്റ്റോയി കി കഹാനിയാം, ആസാദ് കഥ, (രണ്ടു ഭാഗങ്ങൾ) മംഗലസൂത്ര എന്ന അപൂർണ രചനയും ഇദ്ദേഹത്തിന്റേതായുണ്ട്. ഇവയിൽ പലതും മലയാളമടക്കം നിരവധി ഭാഷകളിൽ പരിഭാഷപ്പെടുത്തിയിട്ടുണ്ട്.

ഇദ്ദേഹത്തിന്റെ പുത്രനായ അമൃതറായ് രചിച്ച 'കലം കാ സിപാഹ്' എന്ന കൃതി പ്രേംചന്ദിന്റെ ജീവചരിത്രമാണ്. ഇത് 1963ലെ കേന്ദ്ര സാഹിത്യ അക്കാദമി അവാർഡും സോവിയറ്റ് ലാന്റ് അവാർഡും നേടുകയുണ്ടായി. ഇന്ത്യൻ സാഹിത്യരംഗത്തെ ഉത്കൃഷ്ടരചനകളിലൂടെ പരിപോഷിപ്പിച്ച ഈ കലാകാരൻ 1936 ഒക്ടോബർ 8ന് അന്തരിച്ചു.

■

ജൂലൈ 31

കാർട്ടൂണിസ്റ്റ് ശങ്കർ ജന്മദിനം

1920കൾ.

തിരുവനന്തപുരത്തെ യൂണിവേഴ്സിറ്റി കോളേജാണ് രംഗം. പ്രിൻസിപ്പലിന്റെ മുറിയിലേക്ക് കോളേജിലെ ഒരു പ്രൊഫസർ, ഒരു വിദ്യാർത്ഥി തന്റെ ചിത്രം വികൃതമാക്കി വരച്ചിരിക്കുന്നു എന്ന പരാതിയുമായെത്തി. പ്രസ്തുത ഹാസ്യചിത്രം തിരിച്ചും മറിച്ചും നോക്കി ഊറിച്ചിരിച്ചു കൊണ്ട് പ്രിൻസിപ്പൽ മേശവലിപ്പിൽനിന്ന് മറ്റൊരു ഹാസ്യചിത്രം എടുത്ത് പരാതിക്കാരനെ കാണിച്ചു. ഇപ്പോൾ ഊറിച്ചിരിച്ചത് പരാതിക്കാരൻ പ്രൊഫസറായിരുന്നു. ആ ചിത്രം പ്രിൻസിപ്പലിന്റേതായിരുന്നു.

ആരായിരുന്നു ഈ രണ്ടു ചിത്രങ്ങളും വരച്ച ചിത്രകാരൻ എന്നല്ലേ? ലോക പ്രശസ്ത കാർട്ടൂണിസ്റ്റ് ശങ്കർ എന്ന കെ ശങ്കരപ്പിള്ള തന്നെ. പഠിച്ചുകൊണ്ടിരുന്നപ്പോൾ സഹപാഠികളുടെയും അധ്യാപകരുടെയും ഹാസ്യാത്മക ചിത്രങ്ങൾ വരച്ച് പ്രശസ്തിയിലേക്കുയർന്ന കുട്ടികളുടെ പ്രിയപ്പെട്ട ശങ്കറമ്മാവൻ. മുതിർന്നപ്പോൾ ലോക നേതാക്കളുടെയും പടങ്ങൾ വരച്ച് സകലരെയും ചിരിപ്പിച്ച ശങ്കർ.

കാർട്ടൂൺ കുലപതി

ഇന്ത്യയിലെന്നല്ല, ലോകമാകെ പ്രസിദ്ധനായ ശങ്കർ ഒരു മലയാളിയാണ് എന്നത് നമുക്കെല്ലാം ആഹ്ലാദവും അഭിമാനവും പകരുന്നു. കുഞ്ചൻനമ്പ്യാർ, ചാക്യാന്മാർ, തോലൻ തുടങ്ങിയവർ ചിരിയുടെ വലിയ ലോകത്തേക്ക് പ്രേക്ഷകരെയും ശ്രോതാക്കളെയും എത്തിച്ചതുപോലെ വരയിലൂടെ ലോകത്തെ ചിരിപ്പിച്ചു ചിന്തിപ്പിച്ച കാർട്ടൂൺ കുലപതിയായിരുന്നു കായംകുളത്തുകാരനായ നമ്മുടെ ശങ്കറമ്മാവൻ. ആലപ്പുഴ ജില്ലയിലെ കായംകുളത്ത് 1902 ജൂലായ് 31ന് ജനിച്ച ശങ്കർ എന്ന ശങ്കരപ്പിള്ള ഗ്രാമനന്മയുടെ ലാളനയേറ്റാണ് വളർന്നു വന്നത്. കായംകുളത്തെ സ്കൂൾ വിദ്യാഭ്യാസത്തിനുശേഷം നേരെ തിരുവനന്തപുരത്തേക്കായിരുന്നു ഉപരിപഠനത്തിന് പോയത്.

കാർട്ടൂണിന് പുതിയ മുഖം

യൂണിവേഴ്സിറ്റി കോളേജിൽ നിന്ന് 1927-ൽ ബിരുദം സമ്പാദിച്ച് ശങ്കരപ്പിള്ള നേരെ മുംബൈയിലെത്തി അവിടെ ബോംബെലോ കോളേജിൽ ചേർന്നു പഠനം ആരംഭിച്ചുവെങ്കിലും പൂർത്തിയാക്കാതെ കാർട്ടൂൺ വാസന പരിപോഷിപ്പിക്കുന്നതിൽ വ്യാപൃതനാകുകയായിരുന്നു. സ്കൂൾ കാലത്തു തുടങ്ങിയ കാർട്ടൂൺവര അപ്പോഴും കൂടെയുണ്ടായിരുന്നു. കാർട്ടൂൺവര സൈഡ് ബിസിനസ്സായല്ല, മുഴുവൻ സമയ പരിപാടിയായി കൊണ്ടു നടക്കാൻ, പഠനം പൂർത്തിയാക്കാതെ ചിത്രകലയിൽ മാത്രമായി തുടർന്നു. കാർട്ടൂണിനു കിട്ടുന്ന പ്രതിഫലം പോരായെന്നായപ്പോൾ കലയുമായി ബന്ധമൊന്നുമില്ലാത്ത ഒരു കപ്പൽ കമ്പനിയുടെ പ്രൈവറ്റ് സെക്രട്ടറിയായി ജോലിയിൽ പ്രവേശിച്ചു. 1932ൽ ഹിന്ദുസ്ഥാൻ ടൈംസിൽ സ്റ്റാഫ് കാർട്ടൂണിസ്റ്റായി. 1946 വരെ ഇങ്ങനെ പോയി. പിന്നീടുള്ള രണ്ടു വർഷം ഒരു വലിയ സംരംഭത്തിനുള്ള കടലാസു ജോലിയിലായിരുന്നു.

ഡൽഹിലേക്കുള്ള കുടിയേറ്റം

ഡൽഹി കഥാകൃത്തുക്കളെപ്പോലെ ഡൽഹി കാർട്ടൂണിസ്റ്റ് എന്ന് ശങ്കറിനെ വിശേഷിപ്പിക്കാറുണ്ട്. ഇതിനുകാരണം 1932ൽ ഡൽഹിയിൽ ചേക്കേറി മരണംവരെ അവിടെത്തന്നെ ജീവിതം ചെലവഴിച്ചതുകൊണ്ടായിരുന്നു. പത്രപ്രവർത്തനത്തിന്റെ തലതൊട്ടപ്പൻ

എന്നറിയപ്പെടുന്ന പോത്തൻ ജോസഫായിരുന്നു ഡൽഹിയിലേക്കു വിളിച്ച ആതിഥേയൻ. ഹിന്ദുസ്ഥാൻ ടൈംസിന്റെ പത്രാധിപരായിരുന്നു പോത്തൻ ജോസഫ് അന്ന്.

ഒറിജിനൽ വേണം

ബ്രിട്ടീഷ് വൈസ്രോയി വേവലിനെ നൃത്തമാടുന്ന ചുടലഭദ്രകാളിയായി ശങ്കർ ഹിന്ദുസ്ഥാൻ ടൈംസിൽ വരയ്ക്കുകയുണ്ടായി. ചെറിയൊരു പൊട്ടിത്തെറിയെങ്കിലും പ്രതീക്ഷിച്ച അദ്ദേഹത്തെ അതിശയിപ്പിച്ചുകൊണ്ട്, കാർട്ടൂൺ പ്രസിദ്ധീകരിച്ച ദിവസം കാലത്ത് വൈസ്രോയിയുടെ മിലിട്ടറി സെക്രട്ടറി, പ്രഭുവിനു സംസാരിക്കാൻ വേണ്ടി വിളിച്ചു. 'തമാശചിത്രം തന്നെയാണ് നിങ്ങൾ വരച്ചത്. എനിക്കതിന്റെ ഒറിജിനൽ പെട്ടെന്നു വേണം.' ഇതായിരുന്നു കൊളോണിയലിന്റെ ആശാനായ വേവൽ പ്രഭുവിന്റെ പ്രതികരണം.

1946ൽ ഹിന്ദുസ്ഥാൻ ടൈംസിൽ നിന്ന് വിരമിച്ചപ്പോൾ പുതിയൊരുപത്രം തുടങ്ങാനുള്ള ലൈസൻസ് സംഘടിപ്പിച്ചു തരാമെന്ന് വേവൽ വാഗ്ദാനം ചെയ്തു. അങ്ങനെ ആരംഭിച്ച'ഇന്ത്യൻ ന്യൂസ് ക്രോണക്ക്ൾ'അവസാനം ഉടമയായ ഇന്ത്യക്കാരനുമായി അശുഭകരമായ നിലയിൽ പിരിയുന്നതിൽ കലാശിച്ചു.

ശങ്കേഴ്സ് വീക്ക്ലി

വാരികകളുടെ ലോകത്ത് ഇതിഹാസമായ ശങ്കേഴ്സ് വീക്ക്ലി 1948ലാണ് ശങ്കർ ആരംഭിക്കുന്നത്. ഒരു പ്രസ്ഥാനമായി ഇതിനെ കണ്ടവരുണ്ടായിരുന്നു. ഒരു നേരംകൊല്ലിത്തമാശ എന്ന ചിന്തയ്ക്കപ്പുറം രാഷ്ട്രീയത്തിന്റെ അടിയൊഴുക്കു ചികയുന്നൊരു ദൗത്യമായി ശങ്കർ തന്റെ പ്രസിദ്ധീകരണത്തിലൂടെ കാർട്ടൂണിനെ മാറ്റിയെടുത്തു. അബു എബ്രാഹാം, കുട്ടി, കേരളവർമ്മ, പ്രകാശ് സാമുവൽ, ഒ.വി വിജയൻ തുടങ്ങിയ കാർട്ടൂണിസ്റ്റുകൾ വളർന്നു വന്നതും ഇതിലൂടെയായിരുന്നു.

രാഷ്ട്രീയ കാർട്ടൂണുകൾ

അന്ന് ഏറെ പ്രചാരമുണ്ടായിരുന്ന 'ബോംബെ ക്രോണിക്കിൾ' എന്ന പത്രത്തിൽ ശങ്കർ കാർട്ടൂൺ വരച്ചിരുന്നു. അന്നു പക്ഷേ, നിർദ്ദോഷ ഫലിതങ്ങൾ എന്നതിലപ്പുറം കാർട്ടൂണിന് വലിയ

മാറ്റങ്ങളൊന്നുമുണ്ടായിരുന്നില്ല. 'street coner jokes' എന്ന മട്ടിലായിരുന്നു കാർട്ടൂണുകൾ. ശങ്കർ അതിന് പുതിയൊരു രൂപം തന്നെ നൽകി പരിഷ്കരിച്ചു. അങ്ങനെ ഇന്ത്യൻ പത്രങ്ങളിലെ ആദ്യത്തെ രാഷ്ട്രീയ കാർട്ടൂണുകൾ ബോംബെ ക്രോണിക്കിലിന്റെ പേജുകളിൽ പിറവിയെടുത്തു. രാഷ്ട്രീയ കാർട്ടൂണിസ്റ്റുകളുടെ ഗുരു എന്ന നിലയിൽ അവർ ഇന്നും അദ്ദേഹത്തെ ബഹുമാനിച്ചു പോരുന്നു.

നെഹ്റുവും

പിന്നീടങ്ങോട്ട് ഷോട്ടാനേതാക്കൾ മുതൽ വലിയ നേതാക്കന്മാർ, പ്രധാനമന്ത്രിമാർ, രാഷ്ട്രീയ നായകന്മാർ എല്ലാവരും ശങ്കറിന്റെ ബ്രഷിനു പാത്രമായി. അദ്ദേഹത്തിന്റെ കാർട്ടൂണിസ്റ്റായി കാണാൻ കൊതിച്ചിരുന്ന നേതാക്കന്മാർ വരെയുണ്ടായിരുന്നു. പ്രധാനമന്ത്രിയായിരുന്ന ജവഹർലാൽ നെഹ്റു ഒരിക്കൽ അദ്ദേഹത്തോട് പറഞ്ഞതിങ്ങനെയായിരുന്നു.

'ശങ്കർ എന്നെയും ഒഴിവാക്കരുത്'

ഏറ്റവും മഹത്തായ അംഗീകാരമായിരുന്നു അതെന്ന് അദ്ദേഹം പിന്നീട് പറഞ്ഞിട്ടുണ്ട്. പല പ്രശസ്ത കാർട്ടൂണിസ്റ്റുകളും ജോലി ചെയ്ത, 27 വർഷക്കാലം തുടർച്ചയായി നടത്തിക്കൊണ്ടുപോയ ശങ്കേഴ്സ് വീക്ക്ലി 1975ലെ അടിയന്തരാവസ്ഥക്കാലത്ത് പ്രസിദ്ധീകരണം നിർത്തുകയായിരുന്നു. ഇന്ത്യൻ രാഷ്ട്രീയത്തെ ഹാസ്യത്തിന്റെ മേമ്പൊടിയുമായി ഉജ്ജീവിപ്പിക്കാൻ ശ്രമിക്കുകയായിരുന്ന വീക്ക്ലി അവസാനിച്ചത് ഇന്ത്യൻ രാഷ്ട്രീയത്തിലെ ഇരുളടഞ്ഞ അധ്യായമായ അടിയന്തിരാവസ്ഥക്കാലത്തു തന്നെയായത് നിരാശജനകമായ ഐറണിയാണ്. നമ്മുടെ പഴയകാലത്തെ മിക്ക കാർട്ടൂണിസ്റ്റുകളും ഒരിക്കലെങ്കിലും ശങ്കേഴ്സ് വീക്ക്ലിയിൽ തങ്ങളുടെ ആശയം പ്രസിദ്ധീകരിച്ചവരാണ്. പല നോവലുകളിലും ചലച്ചിത്രങ്ങളിലും ശങ്കേഴ്സ് വീക്ക്ലി പരാമർശിക്കുന്നതു കാണാം. അതു തന്റെ ജീവിതത്തിന്റെ ഒരുഭാഗം തന്നെയായിരുന്നുവെന്ന് ശങ്കർ ഓർമ്മിച്ചിരുന്നു.

കുട്ടികൾക്കു വേണ്ടി മുഴുവൻ സമയവും

പിന്നീടങ്ങോട്ട് ലോകത്തുള്ള കുഞ്ഞുങ്ങൾക്കു വേണ്ടിയായിരുന്നു അദ്ദേഹത്തിന്റെ പ്രവർത്തനങ്ങൾ. 'ചിൽഡ്രൻസ് ബുക്ട്രസ്റ്റ്'

എന്ന സ്ഥാപനത്തിലായി ശ്രദ്ധയത്രയും. ഒരു സാധാരണക്കാരന് താങ്ങാവുന്ന വിലയ്ക്ക് നല്ല പുസ്തകങ്ങൾ ഏറ്റവും നന്നായി രൂപ കല്പന ചെയ്തിറക്കാനുള്ള ശ്രമമായിരുന്നു പിന്നീട്. ചിൽഡ്രൻസ് വേൾഡ് മാസിക, പാവകളുടെ അന്താരാഷ്ട്ര മ്യൂസിയം, പാവകളുടെ ഡിസൈനിംഗും നിർമ്മാണവും, ഡോ.ബി.സി റോയ് മെമ്മോറി യൽ ചിൽഡ്രൻസ് ലൈബ്രറി, റീഡിംഗ്റൂം ആൻഡ് ലൈബ്രറി, ഇന്ദ്രപ്രസ്ഥ പ്രസ്സ് എന്നിവയും അദ്ദേഹം സ്ഥാപിച്ച ചിൽഡ്രൻസ് ബുക് ട്രസ്റ്റിന്റെ അനുബന്ധ സ്ഥാപനങ്ങളാണ്.

മൂന്ന് മത്സരങ്ങൾ

ബാലസാഹിത്യകാരന്മാരുടെയും ചിത്രകാരന്മാരുടെയും ഒരു സംഘടനയും അദ്ദേഹം രൂപീകരിച്ചു. കൂടാതെ മൂന്നു പ്രസിദ്ധ മായ മത്സരങ്ങളും അദ്ദേഹമാണ് ഏർപ്പെടുത്തിയത്. ശങ്കേഴ്സ് ഇന്റർ നാഷണൽ ചിൽഡ്രൻസ് കോംപറ്റീഷൻ 1949ലും 1952 ശങ്കേഴ്സ് ഓൺദി സ്പോട്ട് പെയിന്റിംഗ് കോംപറ്റീഷനും ആയിരുന്നു ഇതിൽ രണ്ടെണ്ണം. ഇതിനുശേഷം 1978ൽ ബാലസാഹിത്യകാരന്മാർക്കുള്ള രചനാ മൽസരമായിരുന്നു മൂന്നാമത്തേത്. ആദ്യം ഇംഗ്ലീഷിലും പി ന്നീട് ഹിന്ദിയിലും ഈ മത്സരം നടന്നു വരുന്നു.

സാഹിത്യസംഭാവനകൾ

കുട്ടികൾക്കു വേണ്ടി അദ്ദേഹം ഏതാനും കഥകളും രചിച്ചി ട്ടുണ്ട്. അവയിൽ ഏറെ പ്രശസ്തവും ഗംഭീരവുമായ കഥയാണ് 'സുജാതയും കാട്ടാനയും'. സുജാത എന്ന പെൺകുട്ടിയും സുധർ മ്മൻ എന്ന ആനയും തമ്മിലുള്ള ഗാഢമായ സ്നേഹമാണ് ഇതിന്റെ ഇതിവൃത്തം. കൂടാതെ തന്റെ ബാല്യ-കൗമാരാനുഭവങ്ങൾ, ഓർമ്മ ക്കുറിപ്പുകളുമായി പലപ്പോഴും അദ്ദേഹം എഴുതി പ്രസിദ്ധീകരി ച്ചിട്ടുണ്ട്. കുട്ടിക്കാലത്ത് മുതലയെ കുരുക്കിട്ട് പിടിച്ചതും അച്ഛനെ പറ്റിച്ച് ഒളിച്ചിരുന്ന് അവസാനം കൈയോടെ പിടികൂടി ചൂരൽവടി കൊണ്ട് സമ്മാനം തന്നതും തക്കിടി മുണ്ടനായ സ്കൂൾ ഹെഡ് മാസ്റ്ററുടെ ആദ്യത്തെ അംഗീകാരവും തന്റെ തന്നെ വരകളിലൂടെ അദ്ദേഹം കുട്ടികൾക്കുവേണ്ടി എഴുതിയിട്ടുണ്ട്.

വിൻസ്റ്റൺ ചർച്ചിൽ, ഹിറ്റ്ലർ, റഷ്യൻ പ്രധാനമന്ത്രി സ്റ്റാലിൻ, നെഹ്റു തുടങ്ങിയ നേതാക്കളെ ഹാസ്യാത്മകമായി വരച്ചതു

കണ്ടാൽ ആർക്കും ചിരിവരും. ലോകത്തെയൊന്നടങ്കം ചിരിപ്പിക്കുകയും ചിന്തിപ്പിക്കുകയും ചെയ്ത നമ്മുടെ ആ ശങ്കറമ്മാവൻ 1989 ഡിസംബർ മാസം 26-ന് അന്തരിച്ചു.

വിശേഷണങ്ങൾ

കുട്ടിക്കാലത്ത് അപ്പൂപ്പനുമേൽ മരം പെയ്യിച്ചതും സ്കൂളധ്യാപകരെ തമാശയായി വികൃതരൂപത്തിൽ വരച്ചതുമെല്ലാം പിൽക്കാലത്ത് തന്റെ ഓർമ്മക്കുറിപ്പിലൂടെയും കഥകളിലൂടെയും നമ്മെ ശങ്കർ അനുഭവിപ്പിച്ചിട്ടുണ്ട്. ഇന്ത്യയിലെ രാഷ്ട്രീയ കാർട്ടൂണുകളുടെ സ്രഷ്ടാവ് എന്നാണ് അദ്ദേഹത്തെ പരിചയപ്പെടുത്തുന്നത്. പത്രപ്രവർത്തന രംഗത്ത് കാർട്ടൂൺ, കാരിക്കേച്ചർ എന്നീ അനിവാര്യഘടകങ്ങളെ ഉജ്ജീവിപ്പിച്ചയാളുമായിരുന്നു ശങ്കർ. തന്റെ ജീവിതത്തിന്റെ തന്നെ ഭാഗമായിരുന്ന ശങ്കേഴ്സ് വീക്ക്‌ലിയിലൂടെ പ്രതിഭാധനനായ ഒരു നിര കാർട്ടൂണിസ്റ്റുകളെ സംഭാവന ചെയ്ത ശങ്കറിന് വിശേഷണങ്ങൾ തീരുന്നില്ല.

വെടിവെച്ചു കൊല്ലണം!

അങ്ങനെ 1932 മുതൽ 1946 വരെ ഹിന്ദുസ്ഥാൻ ടൈംസിലെ പ്രധാന കാർട്ടൂൺ രചയിതാവായിരുന്നു ശങ്കർ. ഇന്ത്യയിലെ കാർട്ടൂൺ അതിന്റെ മൂർച്ചയുള്ള നാക്കിലേക്ക് പ്രവേശിക്കുന്നത് ഇക്കാലത്താണ്. ബ്രിട്ടീഷ് ഭരണാധികാരികളും അമേരിക്കൻ പ്രസിഡന്റുമാരും മറ്റു ദേശീയ നേതാക്കളുമെല്ലാം വികൃതമായ രൂപഭാവങ്ങളോടെ അദ്ദേഹത്തിന്റെ വരയിൽ തെളിഞ്ഞു നിന്നു. അവരിൽ പലരുടെയും മുഖം ചുളിഞ്ഞു. രക്തം തിളച്ചു. ഒരു ഹിന്ദു മഹാസഭാ നേതാവ് ശങ്കറിനെ വെടിവെച്ചു കൊല്ലണം എന്നുവരെ പ്രസ്താവനയിറക്കി.

നേതാക്കന്മാരുടെ അഭിനന്ദനങ്ങൾ

അസഹിഷ്ണുക്കളായ നേതാക്കന്മാർ മുറുമുറുത്തുവെങ്കിലും ഗാന്ധിജിയും നെഹ്റുവുമൊക്കെ ഹാസ്യം ശരിക്കും ആസ്വദിക്കുകയായിരുന്നു. ബ്രിട്ടീഷ് വി.ഐ.പികളായിരുന്നുവത്രെ വലിയ ആസ്വാദകർ. വെല്ലിംഗ്ടൺ, ലിൻലിത് ഗോ എന്നീ ബ്രിട്ടീഷ് വൈസ്രോയികൾ ശങ്കറിനെ ക്ഷണിച്ചു വരുത്തിയായിരുന്നുവത്രെ അഭിനന്ദനം

രേഖപ്പെടുത്തിയിരുന്നത്. ശങ്കറിന്റെ മൂർച്ചയുള്ള ഹാസ്യം കൊള്ളേണ്ടിടത്തുതന്നെ കൊണ്ടിരുന്നു.

മറ്റു സംഭാവനകൾ

നിശിത വിമർശനങ്ങൾ കാർട്ടൂണുകളിലൂടെ തൊടുത്തു വിട്ടപ്പോഴും കുട്ടികളെ അദ്ദേഹം മറന്നില്ല എന്നു സൂചിപ്പിച്ചുവല്ലോ. 1957ൽ ന്യൂഡൽഹി ആസ്ഥാനമാക്കി ആരംഭിച്ച ചിൽഡ്രൻസ് ബുക് ട്രസ്റ്റ് വളരെയേറെ പുസ്തകങ്ങൾ പ്രസിദ്ധീകരിക്കുകയുണ്ടായി. കുട്ടികൾക്കായുള്ള ഒരു ചിത്രരചനാ മത്സരവും ഈ സ്ഥാപനത്തിൻ കീഴിൽ അദ്ദേഹം ആരംഭിച്ചു. ഇംഗ്ലീഷിലും ഹിന്ദിയിലും മറ്റു ഭാഷകളിലുമുള്ള പുസ്തകങ്ങൾ ഇവിടെയുണ്ട്. എറണാകുളത്തെ പൈകോ പബ്ലിഷിങ്ങ് കമ്പനി ചിൽഡ്രൻസ് ബുക്സ്റ്റാളുമായി സഹകരിച്ച് ഏതാനും പുസ്തകങ്ങൾ മലയാളത്തിലും പ്രസിദ്ധീകരിച്ചിരുന്നു, 1980കളിൽ. ന്യായവിലയ്ക്കു ബാലപ്രസിദ്ധീകരണങ്ങൾ സാധാരണക്കാർക്കു ലഭ്യമാക്കുക എന്ന പദ്ധതിയും ചിൽഡ്രൻസ് ബുക്ട്രസ്റ്റിലുണ്ട്. കുട്ടികളുടെ വലിയൊരു വായനശാലയും ലൈബ്രറിയും കൂടി അദ്ദേഹം കുട്ടികൾക്കായി നീക്കിവെച്ചു.

പാവക്കൊട്ടാരം

ചിൽഡ്രൻസ് വേൾഡ് എന്നൊരു ഇംഗ്ലീഷ് ബാലമാസികയും അദ്ദേഹത്തിന്റെ സംരംഭമായിരുന്നു. വിവിധരാജ്യങ്ങളിൽ നിന്നുള്ള ആയിരക്കണക്കിന് പാവകളുടെ ഇന്റർനാഷണൽ വേൾഡ് മ്യൂസിയം അപൂർവ്വ സ്വഭാവമുള്ള ഒരു പാവ കാഴ്ചബംഗ്ലാവാണ്. വിവിധ രാജ്യങ്ങളുടെ തനതു വസ്ത്രങ്ങളണിഞ്ഞ ആയിരത്തിലധികം പാവകൾ ഇവിടെക്കാണാം. മ്യൂസിയത്തിനോടനുബന്ധിച്ച് ഒരു പാവ നിർമ്മാണശാലയും സ്ഥാപിക്കുകയുണ്ടായി.

അംഗീകാരങ്ങൾ

ശങ്കേഴ്സ് വീക്ക്‌ലി എന്ന ഇതിഹാസ സംരംഭത്തിലൂടെ നേടിയ അന്താരാഷ്ട്ര പ്രശസ്തിക്കും അനുമോദനങ്ങൾക്കും പുറമെ, 1954ൽ പദ്മശ്രീ, 1960-ൽ പത്മഭൂഷൺ, 1976ൽ പത്മവിഭൂഷൺ എന്നീ ബഹുമതികൾ ഇന്ത്യൻ ഗവൺമെന്റിന്റെ മഹത്തായ അംഗീകാരങ്ങളാണ്. 1978ൽ പോളണ്ടിൽ നിന്നുള്ള ഓർഡർ ഓഫ് സ്മൈൽ പുരസ്കാരവും യു.എൻ അസോസിയേഷന്റെ ഹാമിൽറ്റൺ ബ്രാഞ്ച്

അവാർഡ് 1970ലും ഹംഗേറിയൻ കൾച്ചറൽ റിലേഷൻസ് ഇൻസ്റ്റിറ്റ്യൂട്ട് അവാർഡ് 1980ലും 1979ൽ യു.എൻ അസോസിയേഷൻ പുരസ്കാരവും ജർമ്മനിയിൽ നിന്നുള്ള ഓർഡർ ദി സെയ്ന്റ് ഫൊർച്യുനേറ്റ് ബഹുമതി 1980ലും ഇൻഡോ-ചെക്ക് ഗോൾഡ് മെഡലും അംഗീകാരങ്ങളിൽ ഉൾപ്പെടുന്നു.

കുട്ടികൾക്കു നൽകിയ സംഭാവനകളെ കണക്കിലെടുത്ത് ഇൻസ്റ്റിറ്റ്യൂട്ട് ഓഫ് കൾച്ചറൽ റിലേഷൻസ് നൽകിയ കോ മെമ്മറേറ്റീവ് മെഡൽ, ഇതേ പ്രവർത്തനത്തിന് ജർമനി സമ്മാനിച്ച ഓർഡർ-ഡി-സെന്റ് ഫോർച്യുനെന്റ് പ്രൈസ്, ചെക്റിപ്പബ്ലിക്കിന്റെ ഗോൾഡ് മെഡൽ, ഡൽഹി യൂണിവേഴ്സിറ്റി നൽഗിയ ഡി-ലിറ്റ് ബിരുദം തുടങ്ങി നാട്ടിലും നാട്ടിൻപുറത്തും ഗോളാന്തരത്തിലും അംഗീകാരങ്ങൾ നിരവധി നേടുകയുണ്ടായി. ■

ഗിഫു മേലാറ്റൂർ

വള്ളുവനാട് താലൂക്കിലെ മേലാറ്റൂരിൽ ജനനം. ആർ.എം.എച്ച്.എസ്. മേലാറ്റൂർ, പി.ടി.എം. ഗവ. കോളജ് പെരിന്തൽമണ്ണ, ഗവ. പോളി അങ്ങാടിപ്പുറം എന്നിവിടങ്ങളിൽ വിദ്യാഭ്യാസം. ചരിത്രത്തിലും മലയാള സാഹിത്യത്തിലും പഠനം. ആറാംതരത്തിൽ നിന്ന് ആദ്യരചന - 'തുരങ്കം' എന്ന ബാലനോവൽ - എഴുതി. കഥാരചനയ്ക്ക് പഠനകാലത്ത് സമ്മാനങ്ങൾ ലഭിച്ചു. 'കളിമുറ്റം' എന്ന മിനി മാസികയുടെ പത്രാധിപരായി. റിയാദിലെ 'അൽ-മുഗ്നി' പബ്ലിക്കേഷനിൽ ജോലി ചെയ്തു. വിവിധ ആനുകാലികങ്ങളിലായി നോവലുകളും കഥകളും സ്ക്രിപ്റ്റുകളും വൈജ്ഞാനിക സാഹിത്യ ലേഖനങ്ങളും എഴുതാറുണ്ട്. 'ഗിണ്ടാമണിയും കുരങ്ങന്മാരും', 'നദികളുടെ കഥ' എന്നിവ ഗ്രീൻ ബുക്സ് പ്രസിദ്ധീകരിച്ചു

www.ingramcontent.com/pod-product-compliance
Lightning Source LLC
LaVergne TN
LVHW040820051026
849519LV00007BA/2683
* 9 7 8 9 3 8 7 3 5 7 8 7 7 *